സൗമ്യ പ്രവീൺ

ഇടുക്കി ജില്ലയിലെ തേക്കടിയിൽ പരേതനായ ഗോപിനാഥൻ നായരു
ടെയും വത്സലാകുമാരിയുടെയും മകൾ. മധുര കാമരാജ് യൂണിവേഴ്സിറ്റി
യിൽനിന്ന് കമ്പ്യൂട്ടർ സയൻസ് ആന്റ് ഇൻഫർമേഷൻ ടെക്നോളജിയിൽ
ബിരുദാനന്ദര ബിരുദം. 2007 മുതൽ പ്രവാസജീവിതം ആരംഭിച്ചു. 2022ൽ
'കരിമ്പനകളും കർപ്പൂരഗന്ധവും തേടി' എന്ന പേരിൽ ആദ്യപുസ്തകം.
എഴുത്ത്, ചിത്രരചന, ഫോട്ടോഗ്രാഫി എന്നിവ പ്രധാനവിനോദങ്ങൾ.

ഭർത്താവ് : പ്രവീൺ

മക്കൾ : ആമി, മാളു.

Malayalam Language
Aralippookkaliladum Kaattu
(Memories)
by
Soumya Praveen

♦

Published in October 2023
by Kairali Books Private Limited
Thalikkavu Road, Kannur.
Ph : 0497-2761200
Email : kairalibooksknr@gmail.com

♦

Cover Design
Prasanth Mangad

♦

Cover Painting & Illustration
Soumya Praveen

♦

86/23-24/Sl.No.1511/300/NS 18.6
ISBN 978-93-5973-271-8

അരളിപ്പൂക്കളിലാടും കാറ്റ്

സൗമ്യ പ്രവീൺ

കൈരളി ബുക്സ്

ഓർമ്മപ്പൂക്കൾ

ഓർമ്മകൾക്ക്
നല്ല സുഗന്ധമാണെന്നു പറയും.
ശരിയാണ്.
ഓർമ്മകൾക്ക് ഒരു പ്രത്യേക സുഗന്ധമാണ്.
അവ പകർന്നു നല്കുന്നത്
ഒരു പ്രത്യേക നിർവൃതിയാണ്.
ചിലപ്പോൾ അവ നമ്മളെ കരയിക്കും.
ചിലപ്പോൾ ചിരിപ്പിക്കും..
പക്ഷെ അവയെന്നും
ഒരു നഷ്ടബോധമായിത്തന്നെ
നമ്മിൽ അവശേഷിക്കുകയും ചെയ്യും..

ഉള്ളടക്കം

ആമുഖം

ഇന്നു ഞാനെന്റെ പഴയ ഓർമ പുസ്തകത്തിന്റെ താളുകൾ പതിയെ മറിച്ചു. അവയോരോന്നും പഴക്കം ചെന്ന് പരസ്പരം കെട്ടിപ്പുണർ ന്നു കിടക്കുന്നു. എങ്കിലും അവയ്ക്ക് കേടുപാടുകൾ സംഭവിക്കാതെ അവയിലെ നിറം മങ്ങിത്തുടങ്ങിയ അക്ഷരങ്ങളിലൂടെ പതിയെ ഊളി യിട്ടു. അവിടെ ഞാൻ കണ്ടത് ലാഭങ്ങളേക്കാൾ കൂടുതൽ നഷ്ടങ്ങൾ ആയിരുന്നു. എന്നാൽ അവയിലെ അവസാന താളുകളിൽ ഞാൻ കണ്ടു, ഞാൻ ആഗ്രഹിച്ചിരുന്ന എന്റെ പ്രിയപ്പെട്ട സ്വപ്നങ്ങൾ. വള പ്പൊട്ടുകളും, മഞ്ചാടിമണികളും നുള്ളിയെടുത്ത്, പുസ്തകത്താളിനു ള്ളിൽ കൂട്ടുകാരൻ സമ്മാനിച്ച മയിൽപ്പീലി പെറ്റു പെരുകുന്നത് കാത്തി രുന്ന ആ പാവാടക്കാരിയെ. എവിടെവെച്ചാണ് എന്റെ ബാല്യം എനി ക്ക് നഷ്ടമായത്. പക്വത വന്നെത്തും മുൻപ് പ്രാരാബ്ധങ്ങളുടെ ഭാരം തലയിൽ ചുമക്കാൻ വിധിക്കപ്പെട്ടത് കൊണ്ടോ? അതോ അനാഥത്വ ത്തിന്റെ വേലിക്കെട്ടുകളിൽ കൂപ്പുകുത്തി വീണതിനാലോ.

നഷ്ടമായ ബാല്യത്തിലേക്ക് തിരിച്ചുപോകാൻ കഴിയില്ലെങ്കിലും ഞാൻ പിൻതിരിഞ്ഞു നടക്കുകയാണ്, പിച്ചവെച്ച സർപ്പക്കാവുകളും പുള്ളുവൻപാട്ടിന്റെ ഈണടികളും ഉള്ള തറവാട്ടുവീട്ടിലേക്ക്. സർപ്പ ക്കാവുകളിൽ നിന്ന് ഉയർന്നിരുന്ന സീൽക്കാര ശബ്ദങ്ങളും, രാത്രിയുടെ അന്ത്യയാമങ്ങളിൽ മൂക്കിലേക്ക് തുളച്ചു കയറുന്ന ഏഴിലംപാലയുടെ മനം മടുപ്പിക്കുന്ന ഗന്ധവും അന്ന് ഭയത്തെ ഉളവാക്കിയിരുന്നു എങ്കിൽ, ഇന്ന് അവയിൽ ഒരു ഗൃഹാതുരത്വം മണക്കുന്നു.

മുത്തശ്ശിയുടെ സൂര്യ കീർത്തനം കേട്ടുണർന്ന പുലരികൾ. വൃശ്ചി കത്തിലെ മരം കോച്ചുന്ന തണുപ്പിൽ പോലും അമ്പലക്കുളത്തിൽ മുങ്ങിനിവർന്ന് ഇഷ്ടദേവനെ കണ്ട് തൊഴുത് പടിക്കെട്ടുകൾ ഓടി ഇറ ങ്ങിയ എത്രയെത്രയോ പുലരികൾ. അവയൊക്കെ ഇന്ന് ഓർമകളിൽ മാത്രം.

പുള്ളുകളോടും, വണ്ണാത്തിക്കിളികളോടും കിന്നാരം ചൊല്ലി, കുയി ലമ്മയ്ക്ക് മറുപാട്ടുപാടി നറുതേൻ കിനിയുന്ന മാമ്പഴത്തിനായി അണ്ണാ റക്കണ്ണനുമായി കലപില കൂടിയതും, പൂവാലിപ്പശുവിന്ന് മുടി മെടയ

നായി വാലിൽ പിടിച്ചതും അതിനുള്ള സമ്മാനമായി തിരുനെറ്റിയിൽ ഒരു കുങ്കുമ തിലകം ചാർത്തിത്തന്നതും. എന്റെ ഓർമ്മപുസ്തകത്തിൽ ഇവയ്ക്കൊന്നും നിറം മങ്ങിയതേയില്ല. അവയുള്ള ഓരോ താളുകളി ലും മാനത്ത് വിരിയുന്ന മാരിവില്ലിന്റെ ഏഴു വർണ്ണങ്ങൾ ആണ്. എന്റെ നിയന്ത്രണങ്ങൾ വിട്ട് ഓർമ്മകൾ ശലഭങ്ങളെപ്പോലെ ഓരോ പൂവിലും പറന്നു നടക്കുന്നു. എത്ര തിരക്കാണ് ആ ശലഭങ്ങൾക്ക്. ഒന്നിൽ ചെന്നി രിക്കുമ്പോൾ മറ്റൊരു പൂവ് ചിരിച്ചുകൊണ്ട് മാടി വിളിക്കുന്നു.

അവരുടെ കുസൃതികൾ കണ്ടുകണ്ട് പൂന്തോട്ടത്തിലൂടെ ഞാനും നടക്കുകയാണ്. എത്ര സുഗന്ധമുള്ള ദിനങ്ങളായിരുന്നു അന്ന്. ഇന്നീ ഉദ്യാനത്തിൽ പൂക്കുന്ന ഓരോ പൂവിനും എന്നെ പരിചയമാണ്. എന്റെ ഗന്ധം പരിചയമാണ്. നായ്ക്കൾക്ക് മാത്രമല്ല പൂക്കൾക്കും ഗന്ധങ്ങളെ ഓർമ്മകളിൽ കാലങ്ങളോളം സൂക്ഷിച്ചു വെയ്ക്കാൻ കഴിയും. ചില തെല്ലാം നിമിത്തങ്ങളാണ്. നമ്മൾ ഒരിക്കലും നഷ്ടമാകില്ല എന്ന് കരു തുന്നവ നമ്മെ നോക്കുകുത്തിയാക്കി നടന്നകലും. നിശ്ശബ്ദം നമ്മുക്ക് നോക്കിനിൽക്കാനേ പലപ്പോഴും സാധ്യമാകുള്ളു. ഓരോ നഷ്ടങ്ങളും ഓർമ്മയുടെ പുസ്തകത്തിലെ ഓരോ ഏടുകളാണ്. ചിലതിന് പഴയ തിന്റെ രൂപഭംഗി ഉണ്ടായിരിക്കാം എങ്കിലും വിഭിന്നമാണ്. അതിനാ ലാകും വീണ്ടും വീണ്ടും നമ്മൾ മാത്രം തോറ്റുകൊണ്ടിരിക്കുന്നത്. കെണിയിൽ ഉടക്കി വച്ചിരിക്കുന്ന ബ്രഡ്ഡ് കഷ്ണം എടുക്കാൻ എലി ശ്രമിക്കുന്നത് കെണിയിൽ കുരുങ്ങി മരിക്കും എന്ന് അറിയില്ലാത്തതി നാൽ അല്ല. വിശപ്പ് പ്രേരിപ്പിക്കുന്നതാണ്. അതുപോലെയാണ് ചില ആത്മബന്ധങ്ങൾ. നമ്മെ തനിച്ചാക്കി നടന്നകന്നുപോയ ഓർമ്മകൾ ഇടയ്ക്കിടയ്ക്ക് ഇടതുനെഞ്ചിൽ വിങ്ങുമ്പോളും വീണ്ടും പുതിയ ആ ത്മബന്ധങ്ങൾ നമ്മെയും നോക്കി ചിരിക്കാറുണ്ട്. പൂന്തോട്ടത്തിൽ പൂക്കാൻ കൊതിക്കുന്ന മൊട്ടുകൾ പോലെ മനസ്സും വിതുമ്പാറുണ്ട്. ചിലപ്പോൾ ചില പൂക്കളെ കാണുമ്പോൾ മനസ്സും ശലഭങ്ങളെപ്പോ ലെ പറന്നകന്നു പോകാറുമുണ്ട്.

മൂന്ന് മാസത്തിൽ ക്രമസംക്രമണം പൂർത്തിയാക്കി ശലഭങ്ങൾ മരി ച്ചുപോകും. വീണ്ടുമൊരു പൗർണ്ണമിരാവിൽ ഒരു ഗന്ധർവ്വനായ് ഓർ മ്മകൾക്ക് കൂട്ടായ് വരുമായിരിക്കാം. ചിലപ്പോൾ വരാതെയുമിരിക്കാം.

കണിക്കൊന്നകൾ പൂക്കും, വിഷു വരും, ഓണം വരും, ക്രിസ്മസ് വരും, പെരുന്നാൾ വരും.. പക്ഷെ ആ ഇന്നലെകൾ ഒരിക്കലും തിരി കെവരില്ല.. എങ്കിലും ഓർമ്മകൾക്ക് മരണമില്ലല്ലോ.

'കാലചക്രം എപ്പോഴും മുന്നിലേയ്ക്ക് നമ്മെ നയിക്കുന്നു. പക്ഷെ

അവിടെയും നമുക്ക് ഇന്നലെകൾ ഉണ്ടായിരുന്നു. ഇന്നലെയുടെ വസ
ന്തമാണ് ഇന്ന് കാണുന്ന നന്മകൾക്ക് പ്രകാശം' എന്ന് ഞാൻ വിശ്വ
സിക്കുന്നു.

പതിയെ ഞാൻ എന്റെ ഓർമ്മപ്പുസ്തകം തുറന്നുകൊണ്ട് പുതിയ
തലമുറയുടെ കോൺക്രീറ്റ് കെട്ടിടങ്ങൾക്ക് ഉള്ളിലേക്ക്. നാലു ചുമ
രുകൾക്കുള്ളിൽ ചിരിക്കാതെ, കളിക്കാതെ മനസ്സ് തുറന്നൊന്ന് സംസാ
രിക്കാതെ മോഹങ്ങളും സ്വപ്നങ്ങളും നാലു ചുവരുകൾക്കുള്ളിലേ
ക്കൊതുക്കി. കാലിൽ ചക്രം വച്ച് ഓടുന്ന പുതിയ തലമുറയ്ക്കൊപ്പം
ഞാനും ഓടുന്നു, എവിടേക്കൊ എന്തിനുവേണ്ടിയോ.

സൗമ്യ പ്രവീൺ

ഓർമ്മകളുടെ അരളിപ്പൂക്കൾ പൊഴിയുമ്പോൾ...

ജേക്കബ് ഏബ്രഹാം

ഓർമകളും പ്രതീക്ഷകളും മായ്ച്ചുകളഞ്ഞാൽ മനസ്സ് അചഞ്ചല മാകുന്നു

-എംടി വാസുദേവൻ നായർ

സ്മൃതികളും വിസ്മൃതികളും നിറഞ്ഞതാണ് മനസ്സ്. ബാല്യത്തിന്റെ, കൗമാരത്തിന്റെ, യൗവനത്തിന്റെ നിഷ്കളങ്കമായ ആ ഓർമ്മകളെ ശേഖ രിച്ചുവെച്ചിരിക്കുന്ന മനസ്സിലെ ആ പുസ്തകത്താളുകൾ തുറന്നുനോ ക്കുന്നത് നമുക്കേവർക്കും പ്രിയപ്പെട്ട അനുഭവമാണ്. നാട്ടുമാമ്പഴം പോലെ മധുരം കിനിയുന്നതും നെല്ലിക്കപോലെ കയ്ക്കുന്നതും പിന്നീട് മധുരി ക്കുന്നതുമായ അനുഭവങ്ങളുണ്ടാവും ആ താളുകളിൽ. ജീവിതമെന്ന സമസ്യ നാം ഓരോരുത്തരും പലരീതിയിലാണ് പൂരിപ്പിക്കുന്നത്. ബാല്യ കൗമാര യൗവ്വന വാർദ്ധക്യദശകൾ പിന്നിടുന്ന ജീവിതത്തിൽ ഓർക്കാ നുള്ളത് ഒരുപിടി ഓർമ്മകൾ മാത്രം. ഓർമ്മകളുണ്ടായിരിക്കണം എന്നു പറയുമ്പോൾ നാം നടന്നുവന്ന വഴികളിലേക്ക് തിരിഞ്ഞുനോക്കി നെടു വീർപ്പിടുന്നു. ഓർമ്മയെഴുത്തിന്റെ ഏറ്റവും വലിയ അനുഭവതലമെന്ന് പറയുന്നത് ഭൂതകാലത്തേക്കുള്ള യാത്രമാണ്. ഒരു ടൈം മെഷനീൽ കയറി നാം കാലത്തിന്റെ പിന്നിലേക്ക് സഞ്ചരിക്കുന്നു.

ആ ടൈം മെഷീൻ ചെന്നുനിൽക്കുന്നത് എവിടയൊക്കെയാണ്.. നാട്ടു മാവിൻ ചുവട്ടിൽ, നദിയോരത്ത്, ആൽത്തറയിൽ, മലമുകളിൽ, പുൽമേ ടുകളിൽ, കളിക്കളങ്ങളിൽ.. ഇവിടെ നാം പോകുന്ന ടൈം മെഷീൻ പേടകം ചലിപ്പിക്കുന്നത് സൗമ്യ പ്രവീൺ എന്ന എഴുത്തുകാരിയാണ്. ചിത്രകാരിയായ എഴുത്തുകാരി നമ്മെ അമ്പരിപ്പിക്കുന്ന ദൃശ്യങ്ങളിലേക്ക് നയിക്കുന്നു. വാക്കുകളുടെ പ്രോപ്പല്ലറുകളിൽ നാം ഭാവനയുടെ ആകാ ശത്തുടെ..

വായനയിൽ ഓർമ്മപുസ്തകങ്ങൾക്കു വലിയ പങ്കുണ്ട്. ആ അനുഭ വങ്ങൾ ഒരു കാലഘട്ടത്തിന്റെ മുദ്രകൾ പേറുന്നതാണ്. ഇല്ലായ്മയുടെ സുഖം അനുഭവിച്ച ഒരു കാലം, ഒരു നീർപൊയ്ക മനസ്സിൽ സന്തോഷം വിടർത്തിയ കാലം. കൈയിലെ കപ്പലണ്ടി മിട്ടായിയുടെ മധുരം പകുത്ത

സൗഹൃദങ്ങളുടെ കാലം. ഹാ.. എത്ര മനോഹരം ഓർമ്മകൾ!

വില്യം വേർഡ്സ്വർത്തിന്റെ വിഖ്യാതമായ ആ വാചകം പോലെ പ്രശാന്തതയിൽ നാം ഓർത്തെടുക്കുന്നു കവിത തുളുമ്പും ഓർമ്മകൾ. ബാല്യമെന്ന അത്ഭുതത്തിൽ നിന്ന് മനുഷ്യൻ മോചിതനല്ല. കുട്ടിക്കാല ത്തേക്ക് തിരികെ മടങ്ങാനാണ് നാം ഏവരും ആഗ്രഹിക്കുന്നത്. കാരണം ഈ ഭൂമി അതിന്റെ സൗന്ദര്യം കാട്ടിയ ആദ്യകാഴ്ച്ചകൾ, പ്രിയപ്പെട്ടവ രുടെ സ്നേഹപരിലാളനങ്ങൾ ആവോളം നുകർന്ന കാലം, ആ കാലം നാം ആഗ്രഹിക്കുന്നു. കൗമാരവും അങ്ങനെതന്നെ. യൗവ്വനം ഒരു കിനാവു പോലെ.

ചിത്രകാരിയും എഴുത്തുകാരിയുമായ സൗമ്യ പ്രവീണിന്റെ അരളി പ്പൂക്കളിലാടും കാറ്റ് എന്ന ഓർമ്മകളുടെ സമാഹാരം വായിക്കവേ പൂക്കൾ പോലെ സൗരഭ്യം പടർത്തുന്ന ഓർമ്മകൾ വന്നുതൊട്ടു. ജാലകത്തിരശീല നീക്കി വരുന്ന കാറ്റിൽ ഈ പുസ്തകവുമായി ഇരിക്കുമ്പോൾ നഷ്ടസ്മൃ തികളിൽ എന്തെല്ലാമാണ് തെളിയുന്നത്.

കുട്ടിക്കാലത്തെ ചങ്ങാടയാത്രയോടെയാണ് ഈ കുറിപ്പുകൾ ആരം ഭിക്കുന്നത്. വല്യമ്മയുടെ മകനായ ഏട്ടനൊപ്പമുള്ള ആ ചങ്ങാടയാത്ര വായിക്കുമ്പോൾ കുട്ടിക്കാലത്ത് ഊത്തപിടിക്കാൻ മഴക്കാലത്ത് പമ്പക യറിവന്ന പാടങ്ങളിൽ കൂട്ടുകാർക്കൊപ്പം തിമിർത്തുല്ലസിച്ചത് ഞാനോർ ത്തുപോയി. അത്രമാത്രം വാങ്മയ ചിത്രങ്ങൾ എഴുത്തുകാരി മനസ്സിൽ സൃഷ്ടിച്ചു.

മുത്തശ്ശിക്കഥകൾ എന്ന സ്നേഹക്കുറിപ്പിൽ മുത്തശ്ശിക്കഥകൾ കേട്ടു റങ്ങിയ എഴുത്തുകാരിയുടെ ബാല്യം നാം കൊതിച്ചുപോകുന്നു. തട്ടിൻ പുറത്തെ ഇരുത്തവും തറവാട്ടിലെ ഒത്തുചേരലുമൊക്കെ ആരിലും ഗൃഹാ തുരസ്മരണയുണർത്തുന്നതാണ്. ഉത്സവങ്ങളും ഓർമ്മകളും നിറയുന്ന എഴുത്തുമധുരം ആവോളമുണ്ട് ഈ കുറിപ്പിൽ. അരളിച്ചെടികളുടെ സൗന്ദര്യം വിടരുന്ന ഓർമ്മകളാണ് ഈ സ്മൃതിയുടെ സൗന്ദര്യം. നാട്ടിൻ പുറങ്ങളിൽ പശുവിന് ഇന്നും പലരുമിടുന്ന പേര് അമ്മിണിയെന്നാണ്. എനിക്കുമുണ്ടായിരുന്നു അമ്മപ്പശുവായ അമ്മിണിപ്പശു. ഈ സമാഹാര ത്തിലെ ഏറ്റവും ഹൃദ്യമായ ഓർമ്മകുറിപ്പാണ് അമ്മിണിക്കുട്ടി. വീട്ടിലെ അംഗമായ അമ്മപ്പശുവിനെ വായിക്കുമ്പോൾ നാം ഓരോരുത്തരും ഓർത്തുപോവുന്നു. ആലിപ്പഴം പെറുക്കാൻ പീലിക്കുട നിവർത്തി പാടും പോലെ സുന്ദരമാണ് ആലിപ്പഴം എന്ന കുറിപ്പ്. ഓർമ്മയെഴുത്തിന്റെ മണം പവിഴമല്ലിമൊട്ടുകൾ എന്ന ലേഖനത്തിൽ നിറഞ്ഞുകിടക്കുന്നു. ഇവിടെ എഴുത്തുകാരി ചിത്രകാരിയായി മാറുന്നതായി എനിക്കുതോന്നിയിട്ടുണ്ട്. പൂക്കളോടുള്ള ഈ ചിത്രകാരിയുടെ പ്രണയം എഴുത്തിന് പൂമണം പക രുന്നു. ബാല്യമേ എന്ന ഓർമ്മയിലാവട്ടെ മാങ്ങാച്ചുനപോലെ അവ

ധിക്കാല ഓർമ്മകൾ തിളിരിട്ട് കിടപ്പുണ്ട്.

രാത്രികാലങ്ങളെ മോഹനമാക്കുന്ന നിശാഗന്ധി ഈ എഴുത്തുകാരി യേയും തരളിതയാക്കുന്നു. വീടിന്റെയും നാടിന്റെ ചുറ്റുപാടും പ്രകൃതിയും ഈ രചനകളെ തൊടുന്നുണ്ട്. വിറകടുപ്പിന്റെ പുകമണം എന്റെ അടുക്ക ളയുടെ കൂടെ ഓർമ്മകളാണ് പുകയ്ക്കുന്നത്. സൈക്കിളിന്റെ നാട്ടുവഴി കളിലെ ബെല്ലടികളുമൊക്കെ ഈ കുറിപ്പിൽ നിന്നും കേൾക്കാൻ കഴി യുന്നുണ്ട്. ബാല്യം തന്നെയാണ് സൗമ്യ അമ്മാളു എന്ന ഈ ചിത്രകാ രിയായ എഴുത്തുകാരിയുടെ സ്മൃതിപഥങ്ങളിൽ മയിൽപ്പീലി വർണ്ണത്തിൽ പടർന്നുകിടക്കുന്നത്.

നീണ്ടകാലത്തെ പ്രവാസത്തിന്റെ ഏകാന്തത എഴുത്തുകാരിയെ നാടി നോട് കൂടുതൽ അടുപ്പിക്കുന്നതായി ഈ വായനയിൽ നിന്ന് നമുക്ക് തിരിച്ചറിയാൻ കഴിയുന്നുണ്ട്. കുടിയേറ്റത്തിന്റെ മാനവചരിത്രമെന്ന് പറ യുന്നത് വീടുവിട്ടുപോകലിന്റെ വേദന നിറഞ്ഞതാണ്. അവധിക്കാലങ്ങളെ പ്രണയിക്കുന്നവരാണ് പ്രവാസികൾ. തിരികെ ഞാൻ വരുമെന്ന വാർ ത്ത കേൾക്കുവാൻ ഗ്രാമം കൊതിക്കാറുണ്ടല്ലോ എന്ന പ്രിയ കവി അ നിൽ പനച്ചൂരാന്റെ വരികൾ പോലെ ഈ എഴുത്തുകാരിയുടെ മനസ്സും മണലാരണ്യത്തിലെ ജീവിതത്തിലും നാട്ടിലാണ്. അവധിക്കാലങ്ങൾ പറ മ്പിൽ കളിച്ചും നാട്ടുവഴികളിൽ നടന്നും പുഴയിൽ കുളിച്ചും ആസ്വദി ക്കാനാഗ്രഹിക്കുന്ന ഒരു കുട്ടിയുടെ മനസ്സ് ഈ എഴുത്തുകാരിയെ ആർ ദ്രയാക്കുന്നു. ഈ പുസ്തകം വായിച്ചു മടക്കുമ്പോൾ എന്നെപ്പോലെ നിങ്ങളും മോഹനമായ ഒരു കാലത്തേക്ക് ഒന്നോടിപ്പോയി മടങ്ങി യെത്തും.. തീർച്ച!

ബാല്യം

ബാല്യത്തിന്റെ ഓർമ്മകൾ അത് പെയ്യാതെ ചിന്നി ചിന്നി കൊതി പ്പിക്കുന്ന മഴ പോലെയാണ്. ചില സമയത്ത് തിരിച്ചു ബാല്യത്തിലേ ക്ക് പോകുവാൻ മനസ്സ് വല്ലാതെ കൊതിക്കും. തൊടിയിൽ കിളികളു മായി കിന്നാരം ചൊല്ലി.

കാക്കക്കും പൂച്ചക്കും കണ്ണൻചിരട്ടയിൽ മണ്ണപ്പം കൊണ്ട് വിരുന്നൊ രുക്കി, തേൻ കിനിയും മാമ്പഴത്തിനായി അണ്ണാറക്കണ്ണനുമായി കല പിലകൂട്ടി. തൊട്ടാവാടിപ്പെണ്ണിന്റെ തളിർ മേനിയിൽ തൊട്ടു തലോടി അവളുടെ കള്ളപ്പുരിഭവം കണ്ട് എത്ര തട്ടി വിളിച്ചാലും കള്ള ഉറക്ക ത്തിൽനിന്നും ഉണരാതെ പിണങ്ങിയിരിക്കുന്ന തൊട്ടാവാടിപ്പെണ്ണിനെ പിന്നെ കണ്ടോളാം എന്നു പറഞ്ഞു, നാലുമണിക്ക് കണ്ണുതുറക്കുന്ന നാലുമണിപ്പൂവിനോട് കിന്നാരം ചൊല്ലി, പൂവാലിക്ക് ഒരുപിടി പുല്ലും നൽകി, കുയിലമ്മയുടെ പാട്ടിനു മറുപാട്ട് പാടി ഒടുവിൽ പിണങ്ങിപ്പോ കുന്ന കുയിലമ്മയെ നോക്കി കാക്കയുടെ കൂട്ടിൽ മുട്ടയിടുന്ന നീയ ല്ലേ കള്ളി എന്ന് പറഞ്ഞു കളിയാക്കിയും. പാടവരമ്പത്ത് ഒറ്റക്കാലിൽ തപസ്സിരിക്കുന്ന കൊക്ക് സന്യാസിയേ ഇടയ്ക്കിടെ ഒളിഞ്ഞുനോക്കു ന്ന പരൽമീൻ കൂട്ടത്തെ ആട്ടിപ്പായിച്ചു. കൊയ്ത്തുകഴിഞ്ഞ പാടത്ത് കൂട്ടത്തോടെ വന്നിറങ്ങുന്ന താറാവും കൂട്ടങ്ങളുടെ പിന്നാലെ നടന്നു അവർ പോലുമറിയാതെ ഇട്ടുപോകുന്ന മുട്ടകൾ പെറുക്കി എടുക്കാ നും, അന്തിക്ക് കിളികൾ ചേക്കേറുമ്പോൾ ദേഹം നിറയെ പൊടിയും മണ്ണുമായി ഉമ്മറക്കോലായിൽ എത്തുമ്പോൾ കത്തിച്ചുവെച്ച നിലവി ളക്കിനു മുന്നിൽ കൂപ്പുകൈകളുമായി നിൽക്കുന്ന മുത്തശ്ശി കണ്ണുപൊ ട്ടുന്ന ചീത്ത പറയുന്നതും, പെയ്യാൻ വെമ്പി നിൽക്കുന്ന കണ്ണുകളു മായി അമ്മയുടെ അടുത്തു സങ്കടം പറയുവാൻ ഉമ്മറക്കോലയിലേക്ക് ഓടുമ്പോൾ നീളൻ പാവാടയിൽ തട്ടി കാൽമുട്ട് പൊട്ടി കരഞ്ഞത്.

അവിടേക്ക് ഓടി വന്നു കോരി എടുത്തു മുത്തം തരുന്ന അമ്മയും എല്ലാം നിറം മങ്ങിയ ഓർമ്മകൾ മാത്രം...

മുത്തശ്ശിക്കഥകൾ

മുത്തശ്ശിക്കഥകൾ കേട്ടു വളർന്നവരായിരിക്കും നമ്മളിൽ ഭൂരിഭാഗം പേരും. മനസ്സിന്റെ ജാലകം തുറന്നിട്ടാൽ എത്രയെത്ര ബിംബങ്ങൾ നിഴലായി കടന്നു പോകുന്നു. എന്നും മുത്തശ്ശിക്കഥകളിൽ നാം കേൾക്കാനാഗ്രഹിക്കുന്ന കഥയാണ് യക്ഷിക്കഥകൾ അല്ലേ...

തട്ടിൻപുറത്തെ ജനൽപ്പടിയിലിരുന്നു കൊണ്ട് രാത്രികളിൽ ആകാ ശം കാണുകയെന്നത് കുട്ടിക്കാലത്ത് ഏറെയാനന്ദം തന്നിരുന്ന ഒരു വസ്തുതയായിരുന്നു. ആ ജനൽപ്പടിയിലിരിപ്പുറപ്പിക്കുക എന്നത് ഒരു സാഹസികതയായിരുന്നു കാരണം വളരെ വീതി കുറഞ്ഞൊന്നായി രുന്നത്. അഴികളിൽ മുറുകെ പിടിച്ചു മുഖം ചേർത്ത് ആകാശത്തിന്റെ വന്യമായ അനന്തതയിലേക്ക് നോക്കിയിരിക്കുമ്പോൾ തെളിഞ്ഞു നില് ക്കുന്ന ചന്ദ്രനിൽ പല അസ്വാഭാവിക രൂപങ്ങളേയും കണ്ടെത്തിയി രുന്നു. കാലം കഴിയുമ്പോൾ നിലാവിന് ഒരു പ്രണയഭാവം കൈ വരുന്നു. ഓരോ മനസ്സിലും പ്രണയം നിറച്ചിങ്ങനെ പ്രപഞ്ചം നിറയെ പരന്നു കിടക്കുന്നു.

അച്ഛമ്മ ഇരിക്കുന്ന കസേരക്കുതാഴെ ചടഞ്ഞിരുന്നു തലമുടിയിൽ പതിയെ കൈ വിരലുകൊണ്ട് കോതുവാൻ അനുവദിച്ചു പാതി മയ ക്കത്തിലേക്കു വഴുതി വീഴുമ്പോഴും ഈ നീല നിറം പൂണ്ട ആകാശം എന്റെ മനസ്സിൽ പതിഞ്ഞിരുന്നു. നക്ഷത്രങ്ങൾ ഇടയ്ക്കിടെ മാത്രം തെളിഞ്ഞു കണ്ടു. ഇരുട്ടിന്റെ കറുപ്പും നിലാവും ഇഴചേർന്നു ഒരു തണുത്ത കാറ്റോടു കൂടി ആ തുളുകൾ എല്ലായിടത്തും പടർന്നിരിക്കും.

അമ്മ പറഞ്ഞുതന്ന കഥകളിലും നിലാവ് ഒരു പ്രധാന ഘടകമാ യിരുന്നു. അച്ഛമ്മ തലയിൽ തലോടിത്തരുമ്പോൾ പറഞ്ഞു തന്നിരുന്ന യക്ഷിക്കഥകളിലും നിലാവ് പരന്നു കിടന്നിരുന്നു. അങ്ങനെ യക്ഷി കളും ഭൂതങ്ങളും വെളിച്ചപ്പാടുകളും പ്രേതങ്ങളും നിറഞ്ഞു നിന്ന ബാല്യം, അകമ്പടിയായി എല്ലാത്തിനും ഈ നിലാവും.

രാത്രികാലങ്ങളിൽ ഒരുവേളയെങ്ങാനും പുറത്തു പോവേണ്ടി വന്നാൽ അമ്മയുടെ കയ്യിൽ മുറുകെ പിടിച്ചു കണ്ണുകളടച്ചു ഒരു നട ത്തമാണ്. എന്റെ ഈ പ്രകടനം കാരണം അമ്മ പലപ്പോഴും തട്ടിത്ത

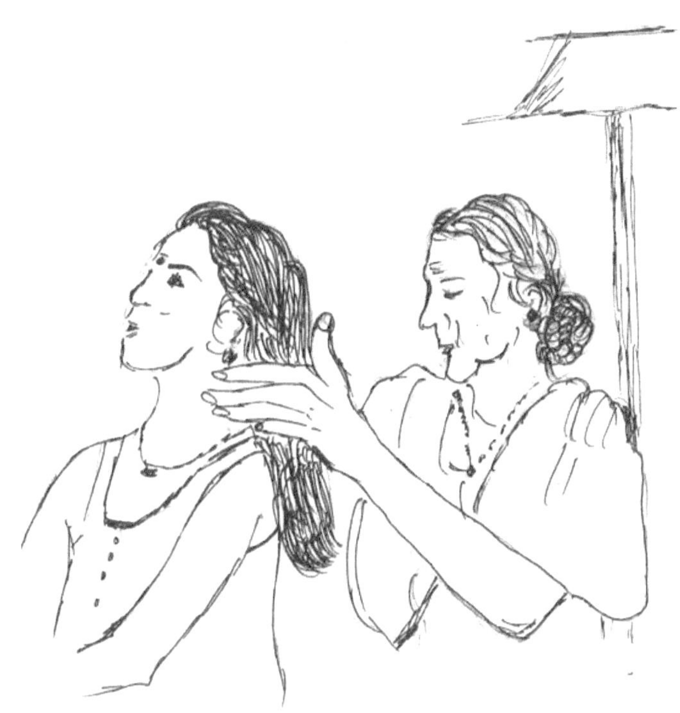

ടഞ്ഞു വീഴാൻ പോവുമായിരുന്നു. അപ്പോഴുണ്ടാകുന്ന അമ്മയുടെ ശകാരവാക്കുകളൊഴിച്ചാൽ എന്റെ കാതുകളിൽ മുടിയഴിച്ചിട്ട് ചില മ്പിളക്കി കൊണ്ട് നടന്നു നീങ്ങുന്ന യക്ഷികളുടെ കലപില ശബ്ദമാ യിരുന്നു.അങ്ങനെ ഒരു സ്വപ്നാടനം പോലെയായിരുന്നു അമ്മയുടെ വാലായി രാത്രികാലങ്ങളിൽ ഒരു മുറിയിൽ നിന്നും മറ്റൊരു മുറിയി ലേക്ക് പോലും കാൽ വെച്ചിരുന്നത്. ചിലപ്പോൾ അർജ്ജുന നാമധേ യങ്ങളും പോരാതെ വന്നിരുന്നു.

"ഈ അമ്മയുടെ കഥകൾ കേട്ടിട്ടാണ് ഈ പെണ്ണിങ്ങനെയായത്".. അമ്മ അച്ഛമ്മയെ സ്നേഹപൂർവ്വം കുറ്റപ്പെടുത്തുമായിരുന്നു.

ഞാനിപ്പോഴുമോർക്കുന്നു അച്ഛമ്മയുടെ കഥകളിലെ എല്ലാ സ്ത്രീ ഭൂതഗണങ്ങൾക്കും ഒരുപാട് സങ്കടങ്ങളുണ്ടായിരുന്നു. അതുകൊണ്ടു തന്നെ ഭയത്തോടൊടൊപ്പം ഒരു തരത്തിൽ ഞാൻ അവരോടു സഹതാ പവും ഉള്ളിൽ സൂക്ഷിച്ചിരുന്നു. ശരിക്കുമെന്നെ ഭയം കൊണ്ട് പകലു പോലും രാത്രിയാക്കി തന്നത് അമ്മയുടെ കഥ പറച്ചിലായിരുന്നു. അമ്മ എനിക്ക് ഇടശ്ശേരിയുടെ "പൂതപ്പാട്ട്" കഥാരൂപത്തിൽ പറഞ്ഞു തന്ന തിനു ശേഷം അമ്പലങ്ങളിലെ ഉത്സവങ്ങളും വീട്ടിലേക്ക് വന്നിരുന്ന

തെയ്യങ്ങളേയും ഞാൻ ഭയപ്പെടാൻ തുടങ്ങി. അമ്മ തന്റേതായ കുറെ ചേരുവകൾ മനഃപൂർവം ചേർക്കുമായിരുന്നു. അതെല്ലാം കേട്ടുകഴി ഞ്ഞാൽ ഞാൻ നന്നാവുമെന്ന് കരുതിയിരുന്നിട്ടുണ്ടാവും.

എന്തെന്നാൽ എനിക്കന്നൊക്കെ വാതോരാതെ വഴിയിലൂടെ പോവു ന്നവരോട് വെറുതെ സംസാരിക്കുന്ന,അമ്മയെ ഭയപ്പെടുത്തിയിരുന്ന ഒരു ശീലമുണ്ടായിരുന്നു. എന്നെ ആരെങ്കിലുമെടുത്തു കൊണ്ട് പോവു മോയെന്ന ഭയം മൂലം അമ്മയെല്ലാ കഥകളെയും അല്പം വളച്ചൊ ടിച്ചു ഭയാനകമാക്കിയിരുന്നു. അങ്ങനെ ഈ വകയെല്ലാം തന്നെ എന്നെ അപഹരിക്കാൻ പുറപ്പെട്ടിട്ടുള്ളതാണെന്നു ഞാനും വിശ്വസിച്ചിരുന്നു.

ഉത്സവകാലങ്ങളായാൽ എന്റെ നെഞ്ചിടിപ്പു കൂടുമായിരുന്നു. മുറ്റ ത്തു തുള്ളിത്തിമിർത്തു വാളുകൊണ്ട് വീട്ടിലെ ആരുടെയെങ്കിലും തല യിലമർത്തി ഗുണദോഷങ്ങൾ പറയുന്ന ഒരു പതിവുണ്ടായിരുന്നു അന്നൊക്കെ. മിക്കവാറും എന്റെ അച്ഛന്റെ തലയിലായിരിക്കും ആ വാൾ പതിയുക. അച്ഛന്റെ ശിക്ഷാരീതികളോട് എനിക്ക് കടുത്ത പ്രതി ഷേധമുണ്ടായിരുന്നുവെങ്കിലും അച്ഛന്റെ തല കൊണ്ടുപോവാതിരി ക്കാൻ ഞാൻ കണ്ണടച്ചു എത്രയോ വട്ടം രാമനാമം ചൊല്ലിയിട്ടുണ്ട് അമ്മയുടെ പിറകിൽ ചുളി നിന്നുകൊണ്ട്. അതിനിടക്ക് അമ്മ ഭക്തി യോടു കൂടി പതിവായി പറയുന്ന ഒരു കാര്യം ഉണ്ട്.അതെന്റെ ജീവ നെടുക്കാൻ പോന്നതായിരുന്നു.

"ദേവി കുട്ടിക്ക് നല്ല പേടിയാണ് രാത്രീല്. ഒന്ന് ഉഴിഞ്ഞു കളഞ്ഞി രുന്നെങ്കിൽ!".. വെളിച്ചപ്പാട് വാളുമായി തിരിയുന്നതോടെ ഞാൻ അക ത്തേക്ക് പാഞ്ഞിരിക്കും. ആ കുട്ടി ഞാനായിരുന്നു. എന്റെ അനിയൻ ഇതു തന്നെയവസരമെന്നമട്ടിലെന്നെ പിടിച്ചുവലിക്കാനുള്ള എല്ലാ ശ്രമ വും നടത്തിയിരിക്കും. വെളിച്ചപ്പാട് അകത്തേക്ക് വരില്ലയെന്നത് മാത്ര മായിരുന്നു എന്റെ ആശ്വാസം.

പിന്നെയെന്നെ ഭയപ്പെടുത്തിയിരുന്നത് ഓണക്കാലത്ത് മാത്രം വീട്ടി ലേക്ക് വന്നിരുന്ന കുമ്മാട്ടികളായിരുന്നു. അവയുടെ പച്ചിലകളിൽ മൂടി യ രൂപവും അത് ചമഞ്ഞിരിക്കുന്നവരുടെ കുസൃതിയും ചേർത്താൽ എന്റെ ഉറക്കം കളയാനാവുമായിരുന്നു. ഈ കഥാപാത്രങ്ങളെല്ലാം എന്റേതായ ഒരു ലോകത്തിൽ, രൂപത്തിൽ, രാത്രി ഈ നിലാവിന്റെ അകമ്പടിയിൽ ഉറക്കത്തിലെന്നോട് സംസാരിക്കാനായി വരുമായിരു ന്നു. അവർ പറഞ്ഞ അവരുടെ സങ്കടങ്ങളെല്ലാം ഞാൻ കേട്ടുറങ്ങി. ഇവരെല്ലാം ജീവനുള്ളവരായി എന്റെ മനസ്സിൽ ജീവിച്ചിരുന്നതിനാൽ ഞാൻ അവരെക്കുറിച്ച് മറുകഥ പറഞ്ഞു അമ്മയുടെ ശ്വാസം നിലപ്പി

ച്ചിരുന്നു.

അമ്മ മനസ്സിൽ പറഞ്ഞതെനിക്ക് കേൾക്കാമായിരുന്നു. "ദൈവമേ, ഈ പെണ്ണ് പേടിച്ചിരിക്കുന്നു"... അത് കേൾക്കുമ്പോൾ എന്റെ മന സ്സിൽ ഒരു ചിരി തെളിയും. അമ്മയും എന്റെ കഥ വിശ്വസിച്ചു. അമ്മയെ ഇതുപോലെ വട്ടം കറക്കിയ പെൺതരി ഞാൻ മാത്രമായിരുന്നു. ഇന്നു മത് തന്നെ കഥ.ജീവിതത്തിലെന്നും ഓർത്തു ചിരിക്കാൻ നിലാവിൽ പൊതിഞ്ഞ എന്റെ ബാല്യം തന്നെ കൂട്ട്. കാലങ്ങൾക്ക് ശേഷവും വെളിച്ചപ്പാട് വീട്ടിൽ വരുമ്പോൾ അമ്മ എന്നെയൊന്ന് നോക്കും. എന്റെ മുഖത്തെ വിളർച്ച കാണുമ്പോൾ ആ മുഖത്ത് ഒരു ചിരി പരക്കും. പക്ഷെ വർഷങ്ങളായി ഞാൻ അമ്മയുടെ ആ ചിരിയൊന്ന് കണ്ടിട്ട്!

ചങ്ങാടത്തിലേറുന്ന ജീവിതം

ജീവിതം ഒരു ചങ്ങാടംപോലെയാണെന്ന് എനിക്ക് പറഞ്ഞു തന്നത് എന്റെ ഏട്ടനാണ് (വല്ല്യമ്മയുടെ മോൻ). കുട്ടിക്കാലത്ത് അമ്മ വീടി നടുത്തുള്ള പാടം മഴ പെയ്തു കഴിഞ്ഞാൽ നിറഞ്ഞു കവിഞ്ഞു കിടക്കും. അതിൽ വാഴത്തണ്ടുകൾ കൂട്ടിക്കെട്ടി ചങ്ങാടമാക്കി അതിൻ മുകളിൽ ആകാശം നോക്കിക്കിടന്നു കുറെനേരം ജലപ്പരപ്പിൽ അങ്ങനെ ഒഴുകി നടക്കുക വളരെ ഹൃദ്യമായ ഒരു വിനോദമായിരുന്നു. പൊതുവെ വെള്ളത്തിലിറങ്ങാനെനിക്ക് ഭയമാണ്. പണ്ടാണെൽ പറയുകയും വേണ്ട.

കുളത്തിലേക്ക് തറവാട്ടിലെ കുട്ടികളെ കുളിപ്പിക്കാനായി കൊണ്ടു പോവുമ്പോൾ ഞാൻ മാത്രം ചില തയ്യാറെടുപ്പുകൾ കൂടുതൽ നടത്തും. അത് മറ്റൊന്നുമല്ല ഒരു ബക്കറ്റ് പിന്നെ ഒരു കപ്പ്. എന്റെ കുഞ്ഞേച്ചി യടക്കം മറ്റുള്ളവർ കുളത്തിലിറങ്ങി നീന്തിത്തുടിച്ചു വെള്ളത്തിൽ കസർത്ത് കാണിക്കുമ്പോൾ ഞാനവിടെ പാകിയിട്ടുള്ള അലക്കു കല്ലി ലിരുന്നു കപ്പുകൊണ്ട് ബക്കറ്റിൽ വെള്ളം പിടിച്ചു നീന്തി വരുന്ന നീർ ക്കോലികളേയും അപ്രതീക്ഷമായി ചാടി വീഴുന്ന തവളകളെയും ഭയന്നു കണ്ണുംപൂട്ടി ഒരൊറ്റ കുളിയാണ്. എന്റെ ഈ സാഹസം കണ്ടി ട്ടെല്ലാവരും മൂക്കത്ത് വിരലുവെച്ച് നിക്കുമായിരുന്നു. എന്റെ അനിയൻ വളരെ സഹതാപത്തോടുകൂടി എന്നെ നോക്കിനിൽക്കുമായിരുന്നു.

അവനൊരിക്കലും ഇതിന്റെ പേരിൽ കളിയാക്കിയിരുന്നില്ല. മാത്ര മല്ല മറ്റുള്ളവർ എന്നെപ്പറ്റി പറഞ്ഞതെല്ലാം വള്ളിപുള്ളി വിടാതെ സ്വകാ ര്യമായി എന്റെ ചെവിയിൽ വന്നു പറയുമായിരുന്നു. ഇത്തരത്തിലുള്ള ചില അനാവശ്യ പേടികളെ തരണം ചെയ്യാൻ ഞാൻ കണ്ടുപിടിച്ച മാർഗം എന്റെ സഹോദരനായിരുന്നു. ഏട്ടന്റെ ഇറക്കം കുറഞ്ഞ ട്രൗസ റുകളും ഷർട്ടുകളും ഞാനെടുത്തിടാൻ തുടങ്ങി. വല്ല്യമ്മയുടെ അനു വാദം കൂടിയായപ്പോൾ അതൊരു പതിവായിരുന്നു. മുറ്റത്തെ ഇരു മ്പൻ പുളിയിൽ വലിഞ്ഞു കയറി വല്ല്യമ്മക്ക് പുളിങ്ങ പറിച്ചു കൊടു ക്കാൻ ആ വസ്ത്രം എന്നെ കൂടുതൽ സഹായിച്ചു. അല്ലെങ്കിൽ എന്റെ നീളൻ പാവാട ഉണ്ടാക്കുന്ന പൊല്ലാപ്പുകൾ ചെറുതൊന്നുമായിരുന്നി

ല്ല. ഇടയ്ക്കിടെ താഴെ വീണ ഉരഞ്ഞു മുറിവുണ്ടാക്കാൻ എന്നല്ലാതെ മറ്റൊരു കാര്യവും ഉണ്ടായിരുന്നില്ല.

ഏട്ടൻ എന്റെ ഇത്തരം പ്രകടനങ്ങളിൽ വിശ്വസിച്ചു പതുക്കെ കൂടെ കൂട്ടാൻ തുടങ്ങി. അതിലൊന്നായിരുന്നു സൈക്കിൾ ചവിട്ടാനുള്ള ശ്രമം.

"പെങ്കുട്ട്യോള് ഇപ്പൊ എന്തിനാ സൈക്കിളുമേ കയറണത്".

എന്ന എന്റെ അയൽപക്കത്തെ സ്ത്രീ എളിക്കു കയ്യും കുത്തി ഒന്ന് നീട്ടി ചോദിച്ചപ്പോൾ പതിവുപോലെ ഒരു നിശബ്ദത പരന്നു.

"കന്നിനു വെള്ളമെടുക്കാൻ വന്നാൽ അതെടുത്തു പോയാ പോരെ.." എന്ന വല്ല്യമ്മയുടെ കനത്ത ശബ്ദം മറ്റൊന്നും പറയാൻ അനുവദിക്കാതെ അവരെ പറഞ്ഞയച്ചു. വല്ല്യമ്മ എന്റെ നേരെ നോക്കി ചിരിച്ചു. ഞാൻ അങ്ങിനെ വീടിനു ചുറ്റും കാലു കുത്തിക്കൊണ്ട് സൈ ക്കിൾ ചിവിട്ടുകയല്ല, ഉരുട്ടാൻ തുടങ്ങി.

സൈക്കിൾ ഓടിക്കാൻ പഠിച്ചേ അടങ്ങൂ എന്ന എന്റെ വാശി വല്ല്യ മ്മയോടും, വല്ല്യച്ഛനോടും, ഏട്ടനോടും ഈ ആവശ്യം ഉന്നയിക്കാൻ പ്രേരിപ്പിച്ചു. വല്ല്യച്ഛൻ രണ്ടോ മൂന്നോ തവണ കൂടെ വന്നു. പിന്നെ ഏട്ടന്റെ ഊഴമായിരുന്നു. ഏട്ടൻ എന്റെ പിന്നാലെ ഓടിയോടി തളർ ന്നപ്പോൾ ഒരു സൂത്രം പ്രയോഗിച്ചു. അത് വല്ലാത്ത ഒരു ഓർമ്മയായി

രുന്നു.

"ഞാൻ കൂടെ ഉണ്ടെടി, തിരിഞ്ഞു നോക്കാണ്ടേ ചവിട്ടിക്കോളൂ".. എന്നും പറഞ്ഞു നിന്നിടത്തു തന്നെയിരുന്നു. ഞാൻ എന്റെ പിറകിൽ ഏട്ടൻ അഞ്ചലക്കാരന്റെ പോലെ ഓടി വരുമെന്നു കരുതി സൈക്കി ളാഞ്ഞു ചവിട്ടി. പിന്നെ ഒരു സംശയ നിവാരണത്തിന് പിറകിലേക്ക് നോക്കിയപ്പോൾ ഉള്ളൊന്നു കിടുങ്ങി.പിന്നെ എന്തുണ്ടായി എന്ന് മറ്റുള്ളവർ പറഞ്ഞിട്ടാണ് ഞാൻ അറിഞ്ഞത്. സൈക്കിൾ മുറ്റത്തെ കറിവേപ്പിൻ മരത്തിലിടിച്ചു രണ്ടു മീറ്ററോളം അതിന്മേൽ കയറി ഒരു വശത്തേക്ക് ചരിഞ്ഞു വീണു. എന്റെ കിടപ്പുകണ്ടു കലി കയറിയ വല്യമ്മയെന്നെ എടുക്കുന്നതിനു മുന്നേ ചീമക്കൊന്നയുടെ തണ്ട് വേലി ക്കൽ നിന്ന് പൊട്ടിച്ചെടുത്ത് ഏട്ടനിട്ടു തുരു തുരാ അടിയായിരുന്നു. ഏട്ടന് അടി കൊണ്ടതിനെക്കാൾ എന്നെ വിഷമിപ്പിച്ചത് ഇനിയെന്നെ ഒന്നിനും കൂട്ടില്ലല്ലോയെന്നതായിരുന്നു.

പിന്നെ കുറച്ചു ദിവസത്തിന്റെ പിണക്കത്തിന് ശേഷമെല്ലാം വീണ്ടും പഴയത് പോലെയായി. അതിനിടയിലായിരുന്നു ചങ്ങാടമുണ്ടാക്കുന്ന ചിന്ത ഒരു ഭ്രമമായി ഏട്ടന്റെ തലയിൽ കയറിയത്. പിന്നെ വാഴത്ത ണ്ടുകൾ ശേഖരിക്കുകയെന്ന മഹത്തായ കാര്യത്തിനു വേണ്ടി അയൽ വീടുകളിൽ വല്യമ്മ പറയുന്നപോലെ "തെണ്ടിത്തിരിഞ്ഞു" നടന്നു. പിന്നെ അതൊക്കെ കൂട്ടിക്കെട്ടി ചങ്ങാടം തയ്യാറാക്കി. ഞാനും ഏട്ടനും അതിന്മേൽ കിടന്നു യാത്ര ആരംഭിച്ചു.

പാടത്തിന്റെ വക്കത്തു നിന്നിരുന്ന കുട്ടികൾ കൂകി വിളിച്ചു. ഞാന ന്നേരമോർത്തത് വല്യമ്മയെങ്ങാനും ആ കൂവൽ കേട്ട് ഓടിവരുമോ യെന്നായിരുന്നു. വല്യമ്മ കണ്ടാൽ ഏട്ടനിട്ടു നല്ല അടി കൊടുക്കും പിന്നെ എന്നെ തല്ലത്തില്ല ആരും അതും അറിയാം. അതിനെക്കാൾ ഉപരിയെന്നെ വിഷമിപ്പിച്ചത് എന്റെ സാഹസങ്ങൾ നിന്നുപോവുമോ എന്നതായിരുന്നു. ഭയന്നതു പോലെ വല്യമ്മ അമ്മിണിയെ (പശു) മാറ്റി കെട്ടുവാൻ പാടത്തിൻ കരയിൽ വന്നു. ഏട്ടൻ കണ്ണുകളടച്ചു ആസ്വദിച്ചു അങ്ങനെ കിടക്കുകയായിരുന്നു. ഞാനാണേൽ കണ്ണുകൾ പകുതി തുറന്നും അടച്ചും രാമ നാമം ചൊല്ലിയും ജഡം പോലെ കിട ക്കുകയായിരുന്നു. വല്യമ്മ ബഹളം വെക്കുന്ന കുട്ടികളെ വകഞ്ഞു മാറ്റി ഏന്തിയൊന്ന് നോക്കി.അത് മാത്രമേ ഞാനും കണ്ടുള്ളൂ.

"ഏട്ടാ വല്യമ്മ!!...ചാടിക്കോ"എന്നും പറഞ്ഞു നീന്താൻ പോലും വെള്ളത്തിലിറങ്ങാത്ത ഞാൻ ഒരു ചാട്ടം വെച്ചുകൊടുത്തു. അതിന്റെ ശക്തികൊണ്ട് ചങ്ങാടം കീഴ്മേൽ മറിഞ്ഞു ഒപ്പം ഏട്ടനും.

"പെണ്ണിനെ നോക്കെടാ", വല്യമ്മയുടെ അലർച്ച. ഞാൻ ഒരുവിധം

പാടത്തെ വെള്ളം കഴിയും വിധം കുടിച്ചു പൊങ്ങി വന്നു. അന്നേരം ഏട്ടന് പേടിയാണോ? ദേഷ്യമാണോ? എന്നോട് തോന്നിയിരുന്നതെന്ന് എനിക്കറിയില്ലായിരുന്നു. എന്നാലും എല്ലാം കഴിഞ്ഞപ്പോൾ ഞാൻ കണ്ടു ഏട്ടന്റെ കാലിൽ തടിച്ച അടികൊണ്ട പാടുകൾ.

ആ ചങ്ങാടം വല്ലാത്തൊരു പാഠമാണ്. ജീവിതവും ഇങ്ങനെ തന്നെ യല്ലേ. ഓരോ കാര്യവും നമ്മൾ ചെയ്യാനൊരുങ്ങുന്നത് ഇത്തരം നെഞ്ചി ടിപ്പോട്കൂടി തന്നെയാണ്. മുന്നോട്ടു പോയെ തീരൂ എന്ന് കരുതി വെക്കുന്ന ചില ചുവടുകൾ ചിലപ്പോൾ തെറ്റിപ്പോയെന്നു വരാം. അത് ജീവിതത്തിൽ ഉണ്ടാക്കുന്ന ആഴമേറിയ ചില മുറിവുകൾ. സ്വയം പറ ഞ്ഞു തീർത്തു വീണ്ടും മുന്നോട്ട്. ഉണങ്ങാത്ത മുറിവുകളെ ഉണക്കി യെടുക്കാമെന്ന വിശ്വാസത്തിൽ ഒരു യാത്ര. ചങ്ങാടമേറിയുള്ള ഓരോ രുത്തരുടെയും യാത്ര. ചിലർ വെള്ളം കുടിച്ചു ശ്വാസം എടുക്കാനാ വാതെ, മറ്റു ചിലർ എന്നെന്നേക്കുമായി വെള്ളത്തിന്റെ ആഴങ്ങളെ പുണർന്നു തിരിച്ചു വരാൻ കഴിയാതെ ഓർമ്മകൾ ബാക്കിനിർത്തി വിധിയോടു കൂട്ടുകൂടിയകന്നു പോവുന്നു.

ആലിപ്പഴം

മറവിയുടെ കുട ചോർന്നൊലിച്ചിടത്താണ് ഞാൻ ഓർമ്മയുടെ കുളി രുള്ള മഴ നനഞ്ഞൊലിക്കാൻ തുടങ്ങിയത്..

ഇവിടെ ഒരു മഴ പെയ്തു തീരുകയാണ്. വീണ്ടുമൊരു മഴക്കാല ത്തിന്റെ വരവറിയിച്ചു കൊണ്ട് വർഷങ്ങൾക്കു പിറകിൽ ഒരു മഴക്കാ ലമുണ്ടായിരുന്നു, എന്റെ ബാല്യത്തെ നനയിച്ച്, മഴയെ സ്നേഹിക്കാൻ പഠിപ്പിച്ച കാലം. പിന്നെത്രയോ ഇടവപ്പാതികൾ എന്നെ നനച്ച് കട ന്നുപോയി. എങ്കിലും എന്റെ മലയോരങ്ങളിൽ പെയ്തിരുന്ന മഴ.

മലനിരകൾക്കപ്പുറത്ത് നിന്നു മഴ പാറി വരും. കശുമാവിൻതോട്ട ങ്ങൾ കടന്ന്, കാറ്റിലുലയുന്ന പുല്ലാനിക്കാടുകൾ താണ്ടി, എന്റെ മുറ്റ ത്തെത്തും. അടക്കാനാവാത്ത ആഹ്ലാദത്തിമിർപ്പിൽ എടുത്തു ചാടിയ മഴക്കാലങ്ങൾ. പിന്നെ എന്തൊക്കെയൊ ഉള്ളിലൊതുക്കിപ്പിടിച്ച് നിശ്ശ ബ്ദമായിരുന്ന മറ്റൊരു കാലം. അങ്ങനെ എത്രയെത്ര മഴക്കാലങ്ങൾ.

ആലിപ്പഴം വീഴുന്ന മഴ കാണുമ്പോൾതന്നെ അമ്പോറ്റിയച്ഛൻ (അമ്മ യുടെ അച്ഛൻ) തിരിച്ചറിയുമായിരുന്നു. 'പാറു ഇന്ന് ആലിപ്പഴം വീഴൂ ട്ടൊ'. ചാട്ടം നിർത്തി ശ്രദ്ധയോടെ ഓരോ മഴത്തുള്ളിയെയും നോക്കി യിരിക്കും. കാപ്പിക്കുരു വറുത്തു പൊടിച്ചുണ്ടാക്കിയ കട്ടൻകാപ്പി കുടി ക്കുമ്പോഴും നോട്ടം മുറ്റത്തെ മഴത്തുള്ളികളിലായിരിക്കും.എപ്പോഴും ആലിപ്പഴം ആദ്യം കാണുന്നത് അമ്പോറ്റിയച്ഛനാവും.

'പാറു ദാ അവിടെ'.

എടുത്തു ചാടി ആലിപ്പഴമെടുത്ത് തിരികെ കയറുമ്പോൾ അമ്പോ റ്റിയച്ഛൻ തോർത്ത് തിരയുകയാവും എന്റെ തല തുവർത്താൻ.

ഒരസുഖക്കുട്ടിയല്ലാത്തതിനാൽ എനിക്കു മുന്നിൽ വിശാലമായൊരു ലോകമുണ്ടായിരുന്നു. മഴ പെയ്ത് തോർന്ന് പിന്നെ മരം പെയ്ത് തോ രാനുള്ള ക്ഷമയില്ലാതെ ഇറങ്ങിയോടും മാഞ്ചോട്ടിലേക്ക്. വൃക്ഷത്ത ലപ്പുകളിൽ നിന്നൊരു മഴ എന്നെ നനച്ചുകൊണ്ടേയിരിക്കും. കുടയും, മാമ്പഴം പെറുക്കാൻ കുട്ടയുമായി അപ്പൂപ്പൻ പിന്നിലുണ്ടാവും. ഒപ്പം കമുകിൻപാല കൊണ്ട് എനിക്കുണ്ടാക്കിത്തന്ന തൊപ്പി കളഞ്ഞതിനുള്ള ചീത്തവിളിയും കേൾക്കുന്നുണ്ടാകും.

ഇന്ന് എന്റെ അമ്പോറ്റിയച്ഛനില്ല അമ്മമ്മ തനിച്ചാണ് കിടപ്പുമാണ്, മഴക്കാലത്തും വേനൽക്കാലത്തും എല്ലാക്കാലത്തും. ഒരിക്കൽ എല്ലാം അവസാനിപ്പിച്ച് അഴുക്കു മണമുയർത്തുന്ന നഗരത്തിന്റെ മഴകളിൽ നിന്നു എനിക്കു തിരിച്ചു പോകണം. കാണാതെ പോയ എന്റെ കമു കിൻപാളത്തൊപ്പി അമ്പോറ്റിയച്ഛൻ എടുത്തു വച്ചിട്ടുണ്ടാവണം. ആലി പ്പഴങ്ങൾ അപ്പോഴും പൊഴിയുമായിരിക്കും...

അമ്മിണിക്കുട്ടി

'ചില ബന്ധങ്ങൾ സാധാരണമായിരിക്കും. മറ്റു ചിലത് ചേർത്തു വെക്കപ്പെട്ടതും. എന്നാൽ ഹൃദയംകൊണ്ട് കൂട്ടിയിണക്കപ്പെട്ട ചില ബന്ധങ്ങൾ ആഴത്തിൽ വേരുന്നി ചിലപ്പോൾ അകന്നും അടുത്തും ഒരു ഉത്തരമില്ലാത്ത പ്രഹേളികയായി, ചിലപ്പോൾ ഓർമ്മകളിൽ മാത്രം ജീവിച്ച്, ചിലപ്പോൾ വേദനിപ്പിച്ച് അങ്ങനെ.'

കുട്ടിക്കാലത്ത് നേരം വെളുത്തുണരുന്നത് മിക്ക ദിവസങ്ങളിലും അമ്മ ആരെയോ ശകാരിക്കുന്നതും ഉപദേശിക്കുന്നതും പിന്നെ സ്നേ ഹിക്കുന്നതുമായ വാക്കുകൾ കേട്ടായിരിക്കും. ഒരു പതിവായതിനാൽ യാതൊരു ആകാംക്ഷയുമില്ലാതെ അമ്മയെ കാണാൻ പിന്നെ ചെല്ലേ ണ്ടത് തൊഴുത്തിലേക്കാണ്. അവിടെ വാതിൽപ്പടിയിൽ പാതിയുറങ്ങിയ കണ്ണുകളോടെ അമ്മയെ നോക്കിയിരിക്കും. കയ്യിലെ പാളക്കഷ്ണ ത്തിലും ചെരുപ്പിൻ വള്ളിയിലും ചാണകത്തുളുകൾ തെറിച്ചു വീണു കിടപ്പുള്ളതുകൊണ്ട് ഓടിച്ചെന്നു കെട്ടിപ്പിടിക്കാനൊന്ന് മടിച്ചിരുന്നു.

അമ്മ പറയും 'ചാണകം പുണ്യാഹമാണെന്ന്'. ബന്ധുക്കൾ മരിച്ചു കഴിഞ്ഞാൽ പുലവീടൽ ചാണകമയം ആയിരിക്കും. ചാണകം വീടി നകത്തും പുറത്തും പിന്നെ ദേഹത്തും തളിച്ച് ഒടുവിൽ പഞ്ചഗവ്യ മായി അകത്തേക്ക് സേവിച്ച് പശു ഒരു പുണ്യമായി തീരുന്നു. ശാസ്ത്രം തെളിയിച്ചതാണെന്ന് മനസ്സിലാക്കാൻ പിന്നെയും വർഷങ്ങളെത്ര കഴി ഞ്ഞു. അതുവരെ നേരം വെളുക്കുമ്പോഴുള്ള ഈ പശുവുമായുള്ള അമ്മയുടെ ചങ്ങാത്തം എനിക്കൊട്ടും ഇഷ്ടമുണ്ടായിരുന്നില്ല. അമ്മ തെല്ലൊന്നു മാറിനിന്നാലോ മറ്റാരോടെങ്കിലും സ്നേഹം പങ്കിട്ടാലോ വല്ലാത്തൊരു അനാഥത്വം എനിക്ക് തോന്നിയിരുന്നു. ഇതിലുള്ള അസൂ യ കൊണ്ടായിരിക്കണം അമ്മയിൽ നിന്നും ദൈവം എന്നെ പലപ്പോ ഴും മാറ്റി നിർത്തിയത്. അമ്മയും അമ്മിണിയും ചങ്ങാത്തം കഴിഞ്ഞ് അവളുടെ കുളിയും അമ്മയുടെ കുളിയുമൊക്കെ കഴിഞ്ഞു പിന്നെ അടുക്കളയിൽ വെച്ചാണ് അമ്മയെ കാണാൻ കിട്ടുക.

അമ്മിണി എന്റെ അമ്മയുടെ പശുവാണ്. അല്പം ചാരനിറവും

വെളുത്ത വലിയ വട്ടങ്ങളോടും കൂടിയ ഒരു സുന്ദരിപ്പശുവായിരുന്നു അവൾ. അതിന്റെ നെറ്റിയൽ കുറി തൊട്ടതുപോലെ ഒരു വെളുത്ത അടയാളമുണ്ടായിരുന്നു. അത് കാണുമ്പോഴൊക്കെ അയൽക്കാർ പ റയുമായിരുന്നു "ഇവൾ ഭാഗ്യവതിയാണ്". ഞാനും അത് ശരിവെച്ചു. എന്റെ അമ്മയുടെ സ്നേഹം അനുഭവിക്കാൻ അവൾക്കു ഭാഗ്യം ഉണ്ടാ യിരിക്കണം. അമ്മിണി ഗർഭിണിയാണെന്ന് ചേട്ടനാണ് ഒരു ദിവസം ഞാൻ സ്കൂൾ വിട്ടു വന്നപാടെ പറഞ്ഞത്. അതൊരു വല്ലാത്ത സന്തോ ഷമായിരുന്നു. അമ്മിണിയുടെ കുഞ്ഞിനെക്കുറിച്ചായിരുന്നു പിന്നെ എന്റെ ചിന്ത മുഴുവൻ. എന്ത് പേര് വിളിക്കും? എങ്ങനെ കുളിപ്പിക്കും? അങ്ങനെ നീണ്ടു പോയിരുന്നു ചോദ്യങ്ങൾ.

അമ്മിണിയെ കുളിപ്പിക്കാൻ പോയാൽ അടുത്തുപോലും ചെല്ലാൻ അവൾ അനുവദിക്കില്ല ആരെയും, അമ്മയെ ഒഴികെ. അതിനാൽ ആ പശുക്കിടാവ് വരുന്ന നാളും നോക്കി ഓരോ രാത്രിയും ഞാൻ എണ്ണി ത്തീർത്തു. അമ്മിണിയുടെ പ്രസവം അടുത്തത്തോടെ അമ്മയുടെ അസ്വസ്ഥത കൂടിക്കൂടി വന്നു. സഹായത്തിനായി അമ്മമ്മ രണ്ടാഴ്ച ത്തേക്കു മാത്രമായി ഞങ്ങളുടെ കൂടെ താമസിക്കാൻ വന്നു. അമ്മമ്മ ഇടയ്ക്കിടെ അമ്മിണിയുടെ വയറ്റിലും കാലിലും തടവിക്കൊണ്ടിരുന്നു. അമ്മ നനഞ്ഞ തുണി കൊണ്ട് അവളുടെ കണ്ണും മുഖവും തുടച്ചു

കൊണ്ടിരുന്നു. കുറച്ചു കഴിഞ്ഞിട്ടും ഒരു മാറ്റവുമില്ല. അമ്മിണി പതു ക്കെ ഞരങ്ങാൻ തുടങ്ങിയപ്പോൾ അമ്മമ്മ പറഞ്ഞു, "കൊഴപ്പാവും ന്നാ തോന്നണത്. ആണുങ്ങളെ ആരേലും വിളിക്കാർന്നു".

എന്റെ അച്ഛൻ അമ്മിണി പ്രസവിക്കുമെന്ന് കേട്ടപാടെ ഉമ്മറത്തും മുറ്റത്തും ഇരിപ്പുറക്കാതെ നടപ്പാണ്. ഇനിയും കാത്തു നില്ക്കുന്നത് പന്തികേടാണെന്ന് തോന്നിയ അമ്മ എന്നെ അയല്പക്കത്തെ ചേട്ടനെ വിളിക്കാൻ പറഞ്ഞയച്ചു. അദ്ദേഹം ഒരു ഇറച്ചി വെട്ടുകാരനും വെപ്പു കാരനുമൊക്കെയാണ്. എന്റെ സുഹൃത്തിന്റെ അച്ഛനുമാണ്. വിവരം കൈമാറിയ ശേഷം ഞാൻ വീട്ടിൽ നിലനില്ക്കുന്ന പ്രക്ഷുബ്ധത അവി ടെയുള്ളവരെ അറിയിച്ചു. എന്റെ കഥ പറച്ചിലിന്റെ കടുപ്പം കൊണ്ടാ വണം വാതിലുപോലും അടയ്ക്കാൻ കൂട്ടാക്കാതെ അവരെല്ലാവരും എനിക്ക് മുന്നേ എന്റെ വീടിനെ നോക്കി പാഞ്ഞു.

"അതെ വെള്ളം പോയി കേട്ടോ'അയാൾ വിളിച്ചു പറഞ്ഞു." കുട്ടി കളെ മാറ്റൂ". അമ്മമ്മയുടെ അലർച്ച.അങ്ങനെ ഞങ്ങളെ ശ്വാസം മുട്ടി ച്ചു കൊണ്ട് പുറത്തേക്കുള്ള വാതിലടക്കപ്പെട്ടു. പിന്നെ കുറെ ഞരക്ക ങ്ങളും അമ്മയുടെ കൂടെക്കൂടെയുള്ള വഴിപാടുകളും മാത്രം.

"ഇങ്ങള് ഒന്നങ്ങട്ട് മാറിക്ക്".

"ഇങ്ങള് ഒന്ന് മിണ്ടാണ്ട്ക്ക്ണ്ടാ"

എന്നിങ്ങനെയുള്ള അയാളുടെ ആവലാതികൾ പിന്നാലെ. ഇതി നിടയിൽ ആകെപ്പാടെ പെട്ടെന്ന് ഒരു തിക്കും തിരക്കും. അത് മറ്റൊ ന്നുമല്ല. 'എന്റെ അമ്മ തല ചുറ്റി വീണതാണ്'. അങ്ങനെ ഒരു അര മണിക്കൂറു നീങ്ങിയിട്ടുണ്ടാകും. അമ്മമ്മയുടെ ഉറക്കനെയുള്ള ശബ്ദം.

"മൂരിക്കുട്ടനാണ്" കൂടി നിന്നവർ ആ സന്തോഷ വർത്തമാനം അറി യിക്കാൻ ഒരു ഞരക്കം മാത്രമായി കിടക്കുന്ന അമ്മയുടെ മുഖത്തേ ക്ക് വെള്ളം മാറിമാറി ഒഴിച്ചു. അമ്മ ഉറക്കത്തിൽ നിന്നെന്ന പോലെ എഴുന്നേറ്റു മൂരിക്കുട്ടനെ കെട്ടിപ്പിടിച്ചു കരഞ്ഞു. എനിക്കത്തൊട്ടും ഇഷ്ട പ്പെട്ടില്ലെങ്കിലും ആ കുഞ്ഞുമുഖവും ഉറയ്ക്കാത്ത കാലുകളും എന്നെ വല്ലാതെ സന്തോഷിപ്പിച്ചു. വീണ്ടും ഉരുണ്ടുപിരണ്ടും മൂരിക്കുട്ടൻ വീടി നു ചുറ്റും ഓടിനടന്നു. അച്ഛൻ അതിനെ കണ്ടു അത്ഭുതത്തോടെ ഒരു നിശ്ചിത ദൂരത്തിൽ മാറിക്കൊണ്ടു നോക്കി നിന്നു. മൂരിക്കുട്ടൻ മണ്ണ് തിന്നാതിരിക്കാൻ മുളകൊണ്ടുണ്ടാക്കിയ ഒരു കൊട്ട പോലെ ഒന്ന് അതിന്റെ വായയ്ക്കു മീതെ കെട്ടിക്കൊടുത്തു. അമ്മിണി അവ ശയാണെങ്കിലും എന്റെ അമ്മയെ കണ്ടപ്പോൾ തല കുലുക്കുകയും നാക്ക് പുറത്തേക്കു നീട്ടി എന്തൊക്കയോ പറഞ്ഞു. അമ്മ അവളുടെ

അരികിൽ മരത്തിന്റെ ഒരു പലക ഇട്ടു അതിന്മേൽ ഇരിപ്പുറപ്പിച്ചു. സമയം ഉച്ചയായി കാണും. പിന്നീടാണ് എല്ലാവരും ഓർത്തത്. 'വിശ ക്കുന്നു'. രാവിലെ മുതൽ അമ്മിണിയുടെ പ്രസവ വേദന കാരണം അടുപ്പ് കത്തിച്ചിട്ടില്ല.

പിറ്റേന്ന് സ്ക്കൂളിൽ പോകാൻ എനിക്കൊട്ടും മനസ്സുണ്ടായിരുന്നി ല്ല. സ്കൂൾ കണ്ടുപിടിച്ചവരെയും സകല ടീച്ചർമാരെയും മനസ്സിൽ ചീത്ത പറഞ്ഞു ബാഗും എടുത്തു നടന്നു. വൈകിട്ട് നാലുമണിക്ക് ഇറങ്ങി ഒരോട്ടമായിരുന്നു. സ്കൂളിൽ നിന്നും നിമിഷങ്ങൾക്കകം വീടെ ത്തും. ആ സമയത്തൊന്നും വഴിയരികിലെ വെള്ളക്കെട്ടിലെ കുഞ്ഞു മീനുകളും മതിലിലെ മഷിത്തണ്ടുകളും എന്റെ ശ്രദ്ധ കവർന്നില്ല. വായ മൂടി കെട്ടിയ മൂരിക്കുട്ടൻ മാത്രമായിരുന്നു എന്റെ മനസ്സിൽ.

വയറ്റിൽ അസുഖം വരാതിരിക്കാനായി എന്നും നേരം വെളുക്കു മ്പോൾ അവനു ഒരു ചെറിയ ഉരുള കറിവേപ്പില അരച്ചത് കൊടുക്കു മായിരുന്നു. കയ്പ്പ് സഹിക്കാതെ അത് തല ഇരുവശത്തേക്കും കുടയും. ഞാനും ചേട്ടനും ആ സമയത്ത് അങ്ങോട്ട് പോവില്ല. അച്ഛൻ അതു പോലെ ഒരു ഉരുള ഞങ്ങളുടെ വായിലും വെച്ച് തരുമോ എന്നൊരു പേടിയുണ്ടായിരുന്നു. പ്രസവ ശുശ്രൂഷ കഴിഞ്ഞു അമ്മമ്മ മടങ്ങിപ്പോ യി. രാവിലെയും വൈകിട്ടും പാല് വാങ്ങിക്കാൻ വരുന്നവരുടെ തിര ക്കുകളുമായി ദിവസങ്ങൾ കടന്നു പോയി. മൂരിക്കുട്ടൻ കണ്ണടച്ച് തുറ ക്കുന്ന വേഗത്തിൽ വളർന്നു എന്നത് വല്ലാത്ത സങ്കടമായിരുന്നു.

മൂരിക്കുട്ടന് എന്റെ വീട്ടിൽ അധികം ആയുസ്സുണ്ടായിരുന്നില്ല. ആ രുടെ തീരുമാനമായിരുന്നു എന്നെനിക്കറിയില്ല. അമ്മ ആ തീരുമാന ത്തെ കരഞ്ഞു കൊണ്ട് സമ്മതിച്ചു. അമ്മിണിയുടെ കണ്ണുകളും നിറ ഞ്ഞിരുന്നുവെന്നെനിക്കു തോന്നി. കുറെ വർഷങ്ങൾ അമ്മിണി ഞങ്ങൾ ക്കൊപ്പം ഉണ്ടായിരുന്നു. അവൾ പിന്നെയും പ്രസവിച്ചു. എന്നാൽ ആ ബന്ധം അവിചാരിതമായി നിലച്ചത് ഞങ്ങൾക്കുണ്ടായ സാമ്പത്തിക പ്രതിസന്ധി ആയിരുന്നു. എന്ത് വന്നാലും അവളെ കൊടുക്കില്ലെന്ന് അമ്മ വാശി പിടിച്ചു. ആരും ഒന്നും പിന്നീടു പറഞ്ഞില്ല. ഒടുവിൽ അമ്മ തന്നെ ആ തീരുമാനമെടുത്തു.

"ആർക്കു വേണേലും കൊടുത്തോളൂ. പക്ഷെ അറവുകാർക്ക് കൊടു ക്കരുത്. അവളെവിടേലും പോയി ജീവിച്ചാ മതി".

അമ്മ ആരോടെന്നില്ലാതെ പറഞ്ഞു. അമ്മിണി യാത്രയായി. വാങ്ങാൻ വന്നവർ അമ്മയുടെ സങ്കടം കണ്ടിട്ടായിരിക്കണം വളരെ ദയാലുക്കളെ പോലെ ഇങ്ങനെ പറഞ്ഞു.

"നിങ്ങൾക്ക് എപ്പോ വേണേലും വന്നു കാണാലോ..കുറച്ചു നട ക്കണ്ട ദൂരം അല്ലെ ഉള്ളു"

അഭിമാനം വ്രണപ്പെട്ടത് പോലെ തോന്നിയ അമ്മ പൊടുന്നനെ അത് നിഷേധിച്ചു. "അതൊന്നും വേണ്ട. നിങ്ങള് നോക്ക്യാ മതി".

അമ്മിണിയുടെ കഴുത്തിൽ അവകാശികൾ പുതിയ കയറു കെട്ടി. വീടിന്റെ പടി വരെ അമ്മിണി ഒരു കുഴപ്പവുമില്ലാതെ നടന്നു. ഓരോ ചുവടും അകന്നു പോവുകയാണെന്ന് അറിയാൻ വൈകിപ്പോയ പോ ലെ അവൾ പെട്ടെന്ന് രണ്ടു ചുവടു പിന്നാക്കം വെച്ചു. പിന്നെ മുൻ കാലമർത്തി പിടിച്ചൊരു നില്പായി അനങ്ങാതെ. അവർ വലിച്ചു ഒരു വശമായി. ഒടുവിൽ അതിനെ ഉപേക്ഷിച്ചു പോവുമെന്ന അവസ്ഥ വന്ന പ്പോൾ അമ്മ അകത്തു നിന്നുമിറങ്ങി വന്നു. അമ്മിണിയുടെ മുതുകി ലും കഴുത്തിലും തട്ടിക്കൊടുത്തു പതിയെ നടത്തി . അമ്മ കൂടെയു ണ്ടെന്ന ഒരു കപടമായ ഉറപ്പിൽ അമ്മിണി ഞങ്ങളെ വിട്ടു എന്നെന്നേ ക്കുമായി പോയി.

വർഷം എത്ര കഴിഞ്ഞിരിക്കുന്നു. അവളിന്ന് ജീവിച്ചിരിപ്പുണ്ടാവില്ല. അമ്മയുടെ മനസ്സിൽ അവളുണ്ടോ എന്നറിയില്ല. വിഷമിപ്പിക്കണ്ട എന്ന് കരുതി ചോദിക്കാറില്ല. പക്ഷെ ഉള്ളിന്റെ ഉള്ളിൽ ഇപ്പോഴും ഒരു വേദ നയായി അതുണ്ട്. മറ്റൊരു വഴിയുണ്ടായിരുന്നെങ്കിൽ ഒരു പക്ഷേ... അമ്മ അന്ന് ആരെയൊക്കെ മനസ്സിൽ ശപിച്ചിരുന്നുവോ എന്തോ.

വിറകടുപ്പിന്റെ പുകമണം

കുളവക്കത്തു പൂത്തുനിൽക്കുന്ന മുളകുചെമ്പരത്തിക്കൂട്ടങ്ങളിൽ ഞാനെഴുന്നേൽക്കുമ്പോഴേക്ക് വെയിൽ തുള്ളികളായി വീണുതുടങ്ങി യിട്ടുണ്ടാവും. ഈറ്റ വാറ്റിയ മുഖം കഴുകാതെ, കണ്ണ് തിരുമ്മിത്തി രുമ്മി ഇറയത്തെ വരാന്തയിൽ വന്നിരിക്കും. വെയില് എന്നെയും വന്നു തൊട്ടുനോക്കും, അലിവോടെ തൊട്ടുപോകും. മുളകുചെമ്പരത്തിക ളിൽ സൂചിമുഖിപ്പക്ഷികൾ കയറിയിറങ്ങുന്നുണ്ടാവും, നോക്കിയിരി ക്കെ നീണ്ട കൊക്കുള്ള ഒരു കുഞ്ഞിപ്പക്ഷിയായിട്ട് ഞാനെന്നെയും പറത്തിവിടും. അതിനപ്പുറത്തേക്ക് കുളം തുടങ്ങുന്നിടത്ത് ഒരു കാഞ്ഞി രമുണ്ട്. കുളത്തിലേക്ക് വീണുകിടക്കുന്നൊരിലഞ്ഞിയും. കുളത്തിനു മേലെ തുറന്ന ആകാശമില്ല, അവിടെയാകെ പടർന്നുകിടക്കുന്ന പച്ച യാണ്. കറുപ്പിന്റെ ചാട്ടമാണ് അതിനകത്തു കേൾക്കുന്ന ഒരൊച്ച, വേറൊന്ന് വെയില് കായാൻ ഇലഞ്ഞിത്തടിയിൽ കയറിയിരിക്കുന്ന ആമകൾ തിരികെ വെള്ളത്തിലേക്ക് ചാടുന്നതാണ്. പടർപ്പിനിടയിൽ ധ്യാനിച്ചിരിക്കുന്ന പൊന്മാനുകളുണ്ട്.

ഓരോരോ മീൻചാട്ടങ്ങളിലേക്കും ഹൃദയം കൊരുത്ത് മോക്ഷത്തി ന്റെ ആ നിമിഷത്തിലേക്ക് അവർ ഒരുങ്ങിയിരിക്കും. കുളത്തിലെ വെള്ള ത്തിലേക്ക് വെയില് വീണുതുടങ്ങുന്നത് മഴച്ചാറ്റല് പോലെയാണ്, വള്ളികൾക്കും ചുള്ളികൾക്കുമിടയിലൂടെ ചാഞ്ഞും ചെരിഞ്ഞും. കരിം പച്ച വെള്ളത്തിലേക്ക് വെള്ളിപ്പാദസരമൂർന്നുവീഴും പോലെ അതങ്ങ നെ വന്നുതൊടും, ഞാൻ നോക്കിയിരിക്കും. എനിക്കുള്ളിൽ അന്നേ രം ലോകമുണ്ടായിരുന്നില്ല , ഞാനുമുണ്ടായിരുന്നില്ല.

ചിറകുയർത്തിയാൽ പറന്നുപോകാൻ കഴിയുമെന്നറിഞ്ഞിട്ടും ആ ഇരിപ്പിനെ തിരഞ്ഞെടുത്ത എന്നെക്കുറിച്ച് പിൽക്കാലത്ത് ആലോചി ക്കേണ്ടതായിട്ടുണ്ട്, അപ്പോഴേ. മുളകുചെമ്പരത്തികൾ കുളത്തിനു മാത്ര മല്ല അമ്പോറ്റിയമ്മയുടെ വീടിരിക്കുന്ന പറമ്പിനും അതിരാണ്. അതി നപ്പുറത്തൊരു കുള്ളൻപാലയുണ്ട്. രാത്രി അതിൽ നിന്ന് പുക പോലെ യക്ഷി വരും. പകല് അത് അടങ്ങിയൊതുങ്ങി നിന്നോളും. കാലിൽ

മുള്ളു കേറിയിട്ട് എടുക്കാൻ പറ്റാതെ വരുമ്പോൾ അതിന്റെ ഇല പൊട്ടി ച്ച് ചറമിറ്റിക്കാറുണ്ട് ചേച്ചിമാർ. എന്റെ കാലിലും ഒരിക്കൽ ഇറ്റിച്ചിട്ടു ണ്ട്, അത് ഉത്സവത്തിന് പോകാൻ പറമ്പിലൂടെ ഓടിയ നേരത്ത് മുള്ളു കേറിയിട്ടായിരുന്നു. ഈ വെളുത്ത കറയൊക്കെ രാത്രി പുകയായി മാറുന്നത് ചേച്ചിമാർക്കറിഞ്ഞുടല്ലോ, പറഞ്ഞാൽ കളിയാക്കുകയും ചെയ്യും. എന്തേലും കാണിക്കട്ടെ. അപ്പുറത്തെ പറമ്പിലേക്ക് പോവാ തെ തിരികെ വീട്ടുമുറ്റത്തേക്ക് പോരുന്നതാണ് എനിക്ക് നല്ലത്. ഇറ യത്തു ചമ്രം പടിഞ്ഞിരുന്ന് മണ്ണിൽ വിരലുകൊണ്ട് വരക്കുന്ന നേര ത്ത് കാണാം ഇറയത്തിനരികിൽ കുഴിയാനക്കുഴികൾ. ഒക്കേത്തിനും നോട്ടങ്ങളേ പാടുള്ളൂ. കണ്ടോളൂ, ഇടപെടാൻ പാടില്ല.

അങ്ങനെയിരിക്കുന്ന നേരത്ത് മോനെണീറ്റാ എന്ന് വല്യമ്മാവൻ വരും. സൈക്കിൾ മുറ്റത്ത് വെച്ചിട്ട് അകത്തേക്ക് കേറിപ്പോകും. ഇടം കാലിട്ട് സൈക്കിൾ ചവിട്ടാൻ എനിക്കറിയാം, പക്ഷേ ഞാനന്നേരം അതൊന്നും ചെയ്യില്ല. നേരെ നിൽക്കുന്ന പ്ലാവിന് എന്റെട്ടപ്പം തടിയേ യുള്ളൂ , കായ്ക്കും വരെ നിൽക്കാൻ അതിനു യോഗമുണ്ടായില്ല. മുറ്റ ത്തേക്കിറങ്ങിയാൽ അതിനെയും തൊട്ടപ്പുറത്തെ ആര്യവേപ്പിനെയും അങ്ങോട്ടുമിങ്ങോട്ടും ഉലയ്ക്കാം. അങ്ങനെ നിന്നിട്ട് മേലോട്ട് നോക്കു മ്പോ കാണുന്ന ആകാശത്തിനെ കണ്ണിൽ നിന്ന് പോവാൻ വിടും മുൻ പേ ചിറ്റ വിളിക്കും, വന്നേ മുഖം കഴുകിത്തരാം.

അകത്തേക്ക് ചെന്നേക്കാം, അമ്പോറ്റിയമ്മയുടെ മുണ്ടിന് ഈ നേര ത്ത് വിറകടുപ്പിന്റെ പുകമണമാണ്. എനിക്കതിഷ്ടമാണ്. നേരെ ചെന്ന് കെട്ടിപ്പിടിക്കുമ്പോൾ വായും മുഖവും കഴുകാത്തതിന് കളിയാക്കും. എന്നിട്ട് കുലുങ്ങിച്ചിരിക്കും. പറന്നുപോകാൻ കഴിയുമെന്നറിഞ്ഞിട്ടും ഒരിക്കലും വിട്ടുപോരാൻ ഇഷ്ടമില്ലാത്ത ഒരിടമെന്ന് ഞാനന്നേരം അവി ടെ അമർന്നിരിക്കും, എന്റെ കവിളത്ത് വിറകെരിയുന്ന വെളിച്ചം വീണു കിടക്കും.

തുമ്പിവേട്ട മറന്നോ നിങ്ങളെല്ലാരും

തുമ്പികൾക്കു കുഞ്ഞു കല്ലുകളെടുക്കാൻ കഴിയുന്നു എന്നു കരു
തി അവയെ പാറമടയിൽ പണിക്കു വിടുന്നതു പോലെയായി, ഇന്നു
കാര്യങ്ങൾ.

വാലിൽ കല്ലുകെട്ടുക എന്ന വലിയ പാതകം ചെയ്തിട്ടില്ലെങ്കിലും
തുമ്പിയെക്കൊണ്ട് കല്ലെടുപ്പിക്കുക എന്ന ചെറിയ അപരാധം ഞാനും
ചെയ്തിട്ടുണ്ട്. കല്ല് കെട്ടിയിടുന്നത് പോലെത്തന്നെ അതിന്റെ വാലി
ന് പുറകിൽ മുക്കുറ്റിയോ തുമ്പപ്പൂവോ കുത്തിക്കയറ്റി 'പുഷ്പകവി
മാന'മാക്കി പറത്തി വിട്ടിരുന്ന ക്രൂരബാല്യത്തെ ഓർക്കുന്നു.

പണ്ട് പണ്ട് നടന്ന ഒരു കഥയാണുട്ടോ... പണ്ടെന്നു വെച്ചാ എന്റെ
ചെറുപ്പത്തിൽ. അന്നൊക്കെ വേനലവധി എന്ന് വെച്ചാൽ ഒരു ഒന്നൊ
ന്നര അഘോഷമാണ്. രാവിലെ കളിക്കാനിറങ്ങിയാപ്പിന്നെ ഇരുട്ടു
വീണാലേ കൂടണയൂ. അന്നത്തെ പ്രധാന വിനോദങ്ങളിലൊന്നായി
രുന്നു തുമ്പിവേട്ട..

ഏറ്റവും വലുതും നല്ല ഉയരത്തിൽ പറക്കുന്നതുമായ ആനത്തു
മ്പി, അത്ര വലുപ്പമില്ലെങ്കിലും ചെമ്പൻ നിറത്തിൽ ഒന്നു കൂടി സുന്ദ
രനായ ഓണത്തുമ്പി, കുറച്ചു കൂടി വലുപ്പം കുറഞ്ഞ കറുത്ത ചിറകു
കളോട് കൂടിയ തുമ്പി, അതേ വലുപ്പത്തിൽ ചാരനിറചിറകുകളുള്ള
മറ്റൊരു തുമ്പി, കറുപ്പും മഞ്ഞയും ഇടവിട്ട നിറമുള്ള തുമ്പി, ഇവരി
ലും വളരെ മെലിഞ്ഞ് നീലത്തലയും പച്ച ഉടലുമുള്ള സുന്ദരൻ തുമ്പി,
ഇവരുടെ ഒന്നും നാലിലൊന്നുപോലും വലിപ്പമില്ലാത്ത കുഞ്ഞന്മാ
രായ ചെമ്പൻ തുമ്പിയും, നീലത്തുമ്പിയും ഇവരൊക്കെയായിരുന്നു
ഞങ്ങടെ ഇരകൾ.

അങ്ങനെ ഒരു അവധിക്കാലത്ത് രാവിലെ എണീറ്റ് പല്ലുതേച്ചെ
ന്നൊന്ന് വരുത്തി പറമ്പില് നടക്കാനിറങ്ങിയതായിരുന്നു ഞങ്ങൾ..

'അല്ല, ചേച്ചീ, നമ്മളീ വലിയ തുമ്പിയെ ആനത്തുമ്പീന്നല്ലേ വിളി
ക്കുന്നേ, അപ്പൊ ദാ ഈ തുമ്പീടെ പേരെന്താ?' അനിയന്റെയാണ്
ചോദ്യം... കറുത്ത ചിറകുള്ള തുമ്പിയെ ചൂണ്ടിക്കൊണ്ട്...

ശ്ശെടാ ഭയങ്കരാ! ഞാനിതുവരെ ആലോചിച്ചിട്ടുപോലുമില്ലാത്ത കാര്യം... അറിയില്ലാന്ന് പറയാൻ ഒരു ചമ്മൽ ചേച്ചിയായി പോയില്ലേ.

കയ്യിൽ ധാരാളമായിരിക്കുന്ന ബുദ്ധിയിൽ അല്പം പ്രയോഗിക്കാൻ തന്നെ ഞാൻ തീരുമാനിച്ചു. ആന, ആനയുടെ അത്ര വലുപ്പമില്ല... എന്നാൽ തീരെ ചെറുതുമല്ല. പുലി! അതു തന്നെ! കിട്ടിപ്പോയി...

'അതാണ് പുലിത്തുമ്പി!'

'അപ്പൊ ദാ ഇതിന്റെയോ' ഇത്തവണ അമ്മാവന്റെ മോളുടെയാണ് ചോദ്യം.. ചാരച്ചിറകുള്ള തുമ്പിയുടെ പേരാണ് പ്രശ്നക്കാരൻ.

ഹമ്പട.... ആനയോളം വലുപ്പമില്ല.. എന്നാലേതാണ്ട് പുലിയുടെ വലുപ്പമുള്ള ഒരു ജീവി... തല പുകയുന്നുണ്ടോ?... ഊം.. ഏയ്.. നിസ്സാ രം....

'ഇത് കാണ്ടാമൃഗത്തുമ്പി!' (ഭാഗ്യം! ഡിനോസർ എന്ന പേരപ്പോൾ ഓർമ്മ വരാഞ്ഞത്!)

പിന്നെയും ഒരുപാട് വേനലവധിക്കാലങ്ങൾ ഞങ്ങൾക്കിടയിൽ കട ന്നു പോയി.. ബാല്യം വിട്ട് കൗമാരത്തിലെത്തിയ ഞങ്ങൾ തുമ്പി വേട്ട യും, ചട്ടിപ്പന്തും, കള്ളനും പോലീസും വിട്ട് ക്രിക്കറ്റും, ചൂണ്ടയിട ലും, നീന്താൻ പോക്കുമെല്ലാം വേനലവധിയുടെ പ്രധാന അജണ്ടയി ലുൾക്കൊള്ളിച്ച കാലം... അന്നൊരു വൈകുന്നേരം ഞങ്ങൾ അമ്മ വീട്ടിലിരിക്കുകയായിരുന്നു...

അമ്മാവന്റെ മക്കളോടൊപ്പം സംസാരിച്ചിരുന്ന സന്ധ്യാ സമയം,

'ശങ്കുചേട്ടാ, ഈ തുമ്പിടെ പേരെന്താ?'.. കുഞ്ഞിയുടെയാണ് ചോദ്യം, ശങ്കുവിന്റെ കുഞ്ഞനിയത്തി.

'അതിന്റെ പേരു കാണ്ടാമൃഗതുമ്പി.'

കേട്ട് കൊണ്ടിരുന്ന എന്റെ കയ്യ് അറിയാതെ എന്റെ തലയിലേക്ക് പോയി.. മനസ്സിലിരുന്നാരോ ചൊല്ലുന്നുണ്ടായിരുന്നു.

'പണ്ടു ഞാൻ ചെയ്തോരബന്ധം.'

മതിലിൻ മുകളിലെ
കാവൽ പടയാളികൾ

പായല്പിടിച്ച മതിലിൽ അജ്ഞാത ചിത്രകാരൻ കോറിയിട്ട ഖജു രാവോ ചിത്രങ്ങൾ കണ്ട് മുഖം തിരിക്കെ, അറിയാതെ കണ്ണിൽ ഉ ടക്കി പേരറിയാത്ത ഒരു കുഞ്ഞിച്ചെടി, പൊടുന്നനെ തെളിഞ്ഞു മന സ്സിൽ നിന്റെ തല വെട്ടിക്കളിച്ച കുട്ടിക്കാലം.

ഒരിക്കൽ എന്റെ കുട്ടിക്കാലത്തു അച്ഛനും ഞാനും കൂടി നടക്കാൻ ഇറങ്ങി. ഒരു മതിലിന്റെ അടുത്ത് എത്തിയപ്പോ അച്ഛൻ നിന്നു. എന്നിട്ട് പറഞ്ഞു 'പെണ്ണെ, ഇതൊന്നു നോക്കിക്കേ'. അച്ഛൻ എന്നെ പെണ്ണെ എന്നാട്ടോ വിളിക്കാറ്, എനിക്കെ നല്ല പൊക്കം ആയതു കൊണ്ട് ഞാൻ ഒന്നും കണ്ടില്ല.

മതിലിനു മുകളിൽ പായലിന്റെ ഇടയിൽ നിന്ന് അച്ഛൻ എന്തോ പറിച്ചെടുത്തു. എന്താണെന്നു അടുത്ത് വന്നു നോക്കിയപ്പോഴാണ് കണ്ടത്. ഒരു ചെറിയ തരം പുല്ല്. അല്ല, പായൽ തന്നെ ആണ്. ഒരു അര മുക്കാൽ ഇഞ്ചു നീളമുള്ള നൂലിന്റെ അത്രയും നേർത്ത തണ്ട്. അതിന്റെ തുമ്പത്ത് പച്ച നിറത്തിൽ അറ്റം ലേശം കൂർത്ത, ഒരു കടു കിന്റെ അത്രയും വലിപ്പമുള്ള ഒരു മൊട്ടത്തല. പച്ച മാത്രം അല്ല. കൂർ ത്ത അറ്റത്തു അല്പം ഓറഞ്ചു നിറം കൂടി ഉണ്ട്.

'ഇത് കൊണ്ടൊരു കളിയുണ്ട് പെണ്ണെ', അച്ഛൻ പറഞ്ഞു.

അത് പോലെ ഒരെണ്ണം കൂടെ പറിച്ച് എന്റെ കയ്യിൽ തന്നു. എന്നിട്ട് പറഞ്ഞു 'ഇത് എന്റെ പടയാളി. അത് നിന്റെ. ഇവർ യുദ്ധം ചെയ് താൽ ആര് ജയിക്കും എന്ന് നോക്കാം!' അച്ഛൻ എന്റെ പടയാളിയു ടെ തലയിൽ അച്ഛന്റെ പടയാളിയുടെ തല കോർത്ത് പിടിച്ചു. അവ തമ്മിൽ ഉടക്കി നിന്നു. എന്നിട്ട് ഒറ്റ വലി. എന്റെ പടയാളിയുടെ തല ദേ കിടക്കുന്നു നിലത്ത്. ഇരുട്ടി കൊതുക് കടിച്ചു തുടങ്ങുന്ന വരെ അന്ന് രാത്രി ഞങ്ങൾ പടയാളികളെ പറിച്ചു യുദ്ധം ചെയ്തു. അന്ന് തൊട്ടു ആ മതിലിനോടും എനിക്ക് ഇഷ്ടം തോന്നി തുടങ്ങി. മഴ കൊണ്ട് തഴച്ചു വളർന്നു ആ മതിൽ നിറഞ്ഞു 'പടയാളികൾ'.

പിന്നെ പിന്നെ അച്ഛനെ കൂട്ടാതെ ഞാനും അനിയനും കൂടി ഒരു സ്റ്റൂൾ ഇട്ടു നിന്ന് മതിലിന്റെ മുകളിൽനിന്ന് അത് പറിച്ചു പോക്കറ്റ് നിറച്ചു വീട്ടിൽ വരും; ഷർട്ടിന്റെ പോക്കറ്റിൽ പായലിന്റെ പച്ചക്കറ പടർന്നിട്ടുണ്ടാവും. എന്നിട്ട് തളത്തിലെ നിലത്തു കുത്തിയിരുന്നു തല കൊയ്തു കളിക്കും. നല്ല മഴയത്ത് പായൽ തഴച്ചു വളർന്നിട്ടുണ്ടെ ങ്കിൽ മണിക്കൂറുകളോളം. ഇപ്പോഴും ഏതെങ്കിലും മതിലിന്റെ അടു ത്ത് കൂടെ പോവുമ്പോൾ വെറുതെ ഒന്നെത്തി നോക്കും. പടയാളി കൾ. ആരെങ്കിലും ഉണ്ടോ എന്ന്.

കൂടെ തലകൊയ്യാൻ കൂട്ടിനുണ്ടായിരുന്നവർ വന്നെത്തിയപ്പോൾ തലകളില്ലാതായി മാറി, പരിഷ്ക്കാരച്ചുവരുകളിൽ പിന്മുറക്കാരെ കാണാതെയായി, പോയ്മറഞ്ഞ കാലങ്ങളെ ഓർമ്മകളിൽ അയവി റക്കി ശിഷ്ടകാലം സമൃദ്ധമാക്കാം. ഇനി അതേ കഴിയൂ നമുക്ക്.

കുഴി... ആന

പ്രവാസത്തിന്റെ അസ്വസ്ഥതകൾക്കിടയിലിരിക്കുമ്പോൾ മന സ്സൊന്നു ശാന്തമാക്കാൻ, മക്കൾക്ക് ശാന്തസുന്ദരമായ ഗ്രാമജീവിത ത്തിന്റെ കഥകൾ ഗൃഹാതുരത്വത്തോടെ ഞാൻ പറഞ്ഞു കൊടുക്കാ റുണ്ട്. ജനിച്ചു വളർന്ന നഗരത്തിന്റെ തിക്കും തിരക്കും ഇഷ്ടപ്പെടുന്ന മക്കൾ. 6th, 10th സ്റ്റാൻഡേർഡുകളിൽ ആണെങ്കിലും ഹൈ ടെക് യുഗ ത്തിന്റെ വിജ്ഞാന വീഥിയിൽ സ്വയം ചിന്തിക്കുകയും പ്രവർത്തിക്കു കയും ചെയ്യുന്നവർ. ഞാൻ മലയാളത്തിൽ സംസാരിക്കുകയും മല യാള നാടിന്റെ മഹത്ത്വം വർണ്ണിക്കുകയും ചെയ്യുമ്പോൾ താല്പ്പര്യ ത്തോടെയും അതിശയത്തോടെയും കേട്ടിരിക്കാൻ മകൾക്ക് ഇഷ്ടമാണ്. ആ ഇഷ്ടം കാണുന്നതാകട്ടെ എനിക്ക് അളവറ്റ ആനന്ദം തരും. ഓ രോന്ന് കേൾക്കുമ്പോഴും നൂറു നൂറു സംശയങ്ങൾ അവർക്കുണ്ടാ കും. അടുത്ത അവധിക്ക് നാട്ടിൽ പോകണം എന്ന നിർബന്ധത്തോ ടെയാകും സംഭാഷണം അവസാനിക്കുക.

കുഴിയാന എന്ന പേരിനോടുള്ള കൗതുകം കൊണ്ടായിരിക്കണം ബാല്യത്തിന്റെ ഏറിയ പങ്കും ഇറയത്തോട് ചേർന്ന് കിടന്നിരുന്ന മണലിൽ "കുഴിയാനകളെ"

പിടിക്കാനായി ചിലവിട്ടത്. അവ ഒളിഞ്ഞിരിക്കുന്ന കുഴികൾ പുറ മേ നിന്ന് തന്നെ കണ്ടെത്താനാവും എന്നതാണ് രസകരം. ഈർക്കിൽ തുമ്പ് കൊണ്ട് പതിയെ അതിനെ പുറത്തേക്കു തോണ്ടിയെടുത്തു കുപ്പി യിലാക്കി അതും നോക്കി ഇരിക്കുക. എത്ര ക്രൂരമായ വിനോദം! പ്രത്യേ കിച്ചും മഴക്കാലങ്ങളിൽ പുറത്തു പോയി കളിക്കുവാൻ പറ്റാതെ വരു മ്പോൾ ഇതായിരുന്നു പിന്നെ ആകെ കൂടിയുള്ള ഒരു രസം.

കണ്ടാൽ കൈ കൊണ്ട് തൊടാൻ അറപ്പുളവാക്കുന്ന രണ്ടു ചെറിയ കൊമ്പുകളോട് കൂടിയ ഒരു ചെറിയ ജീവി. തിരിച്ചു ഉപദ്രവിക്കില്ല എ ന്നത് കൊണ്ട് അതിനെ ഈർക്കിൽ കൊണ്ട് കുത്തി നോവിക്കാനും ശ്രമിച്ചിരുന്നു. അവയോടു കാണിക്കുന്ന ക്രൂരത കാണുമ്പോൾ അമ്മ കൂടെ കൂടെ പറയും.

"മഹാപാപം ചെയ്യല്ലേ..ചെവി പൊട്ടിയൊലിക്കും" എന്ന്.

കുട്ടികളെ നേർവഴിക്കാക്കാൻ അമ്മമാർ ഒത്തിരി നുണകൾ ഇങ്ങ നെ പറഞ്ഞിട്ടുണ്ട്.ഞാനതൊരിക്കലും ആസ്വദിച്ചിരുന്നില്ല എങ്കിലും കൂട്ടത്തിൽ ആർത്തു വിളിക്കാൻ എനിക്കന്നു വളരെ ഇഷ്ടമായിരുന്നു.

ഇവയെങ്ങിനെ കുഴിയിലകപ്പെട്ടു? എങ്ങനെ കുഴിയിൽ വന്നു വീണു? ചെടികൾ മുളക്കുന്നത് പോലെ താഴെ നിന്നും വരുന്നതാ ണോ? എന്നിങ്ങനെ പല സംശയങ്ങളാണ് ആ ക്രൂര കൃത്യം ചെയ്യാൻ അന്നൊക്കെ ഞങ്ങളെ പ്രേരിപ്പിച്ചിരുന്നത്.മണ്ണിലെ അതിന്റെ കുഴിക ളിൽ നിന്നും ഞങ്ങളുടെ കുപ്പിയിലേക്ക് കൂടുമാറുന്നതല്ലാതെ പിന്നീട് അതിനു എന്ത് സംഭവിക്കുന്നു എന്ന് ആർക്കും ഉത്തരം ഇല്ലായിരു ന്നു. അമ്മയോട് ചോദിക്കുമ്പോഴൊക്കെ ശ്രദ്ധ തിരിക്കാൻ വേണ്ടി ഭയപ്പെടുത്തുന്ന ചിലത് പറഞ്ഞു അതിൽ നിന്നും അകറ്റി. ബാല്യം കൈവിരലുകളിലൂടെ ചോർന്നു പോയപ്പോ അവയെ ഞാനും മറന്നു.

പക്ഷെ ഇന്നവയെ ഞാൻ വീണ്ടും ഗൂഗിളിൽ വെച്ച് കണ്ടു. ഒരു ബാല്യകാല സുഹൃത്തിനെ കണ്ട സന്തോഷമായിരുന്നു എനിക്ക്. ഇം ഗ്ലീഷിൽ അതിനെ "ആന്റ് ലയൺ" എന്ന് വിളിക്കുന്നു.

രണ്ടായിരത്തിലധികം ഇനങ്ങളുള്ള ഇവയുടെ ശൈശവ രൂപമാണ് ഞങ്ങൾ അന്ന് കുപ്പിയിലാക്കി സൂക്ഷിച്ച 'കുഴിയാനകൾ അഥവാ ആൻറ് ലയൺ'. 'ഉറുമ്പുകളെ നശിപ്പിക്കുന്നവർ' എന്നാണ് ആ പേരി ന്റെ അർത്ഥം. പക്ഷെ മലയാളത്തിലേക്ക് മൊഴിമാറ്റം ചെയ്തപ്പോൾ എങ്ങിനെയാണ് 'ആന' എന്ന ഒരു പേരുകൂടി കിട്ടിയതെന്ന് അതിശ യം തന്നെ!.

ഇവ വലുതായി കഴിഞ്ഞാൽ ഏകദേശം തുമ്പികളുടെതു പോലെ ചിറകുകൾ കാണപ്പെടുന്നുവെങ്കിലും തികച്ചും വിത്യസ്തമായ ശ്രേ ണിയിൽ പെട്ടവയാണ്. ചിറകുകളും ചെറിയ നീളൻ ശരീരവുമായി വളർന്നു കഴിഞ്ഞാൽ പിന്നെ ഇണകളെ തേടി വാനിലേക്കുയരുന്നു. "ആന്റ് ലയൺ ലെയ്സ് വിങ്ങ്സ്" എന്നാണ് ഇവയുടെ പേര്. ഉറു മ്പുകൾ പ്രധാന ഭക്ഷണം ആയതിനാലാവം ശൈശവത്തിൽ ഒരുപക്ഷെ അവ എന്നും മണ്ണിൽ തന്നെ ആവാസമുറപ്പിച്ചത്. വലു തായാൽ പക്ഷെ പരാഗരേണുക്കളും, പൂക്കളിലെ തേനും ആണ് പ്ര ധാന ഭക്ഷണം.

അങ്ങനെ 'കുഴിയാന' എന്ന ആനയോളം വലുതായ ഒരു നിഗൂ ഡത, അമ്മയുടെ ഭീകര കഥകളെയും പിറകിലോട്ടു തള്ളിമാറ്റി എന്റെ മുന്നിൽ ചുരുളഴിഞ്ഞു. ഒരു പക്ഷെ നിങ്ങളുടെയും!!.. ഓർമ്മകളിലെ

നിസ്സഹായരായ കൂട്ടുകാർ.

ഈർക്കിലിയുടെ കൂർത്ത മുനകളിൽ നിന്നും രക്ഷ തേടി പഞ്ഞോ ടിയിരുന്ന ഇത്തിരി കുഞ്ഞൻമാർ, ഒരു ക്രൂരമായ കുട്ടിക്കാല വിനോദ ത്തിന്റെ ഇരകൾ..കുഴിയാനകൾ!!.

ഓർമ്മകൾ മരിക്കുമോ?

ഓർമ്മകൾ മരിക്കുമോ? ചിന്തകൾ എന്നെ വർഷങ്ങൾ പുറകിലേ ക്ക് കൊണ്ടുപോയി. ഓർമ്മകൾ തുറന്നിട്ട തടവറകളാണ്. ഞാനാക ട്ടെ അതിൽനിന്ന് പുറത്തു വരാത്ത ഒരു വിഡ്ഢിയും.

"എല്ലാ പ്രഭാതങ്ങളും മഞ്ഞു തുള്ളികൾ പൊഴിഞ്ഞു വീണ സുന്ദ രങ്ങളായ ജീവിതങ്ങളാണ്. പിന്നീടവയിൽ വെയിലിന്റെ ചില്ലുകൾ തുള ച്ചു കയറുമ്പോൾ പതിയെ വരണ്ടുണങ്ങി ഇല്ലാതെയാവുന്ന ജല ബി ന്ദുക്കൾ പോലെ ഓരോ ജീവനും."

"വല്ല്യമ്മ വിളിക്കുന്നു, കളി നിർത്തി വീട്ടിലേക്ക് നടക്കൂ...."

പാടവരമ്പിന്റെ ഓരത്ത് നിന്നിരുന്ന കശുമാവിൻ ചില്ലകളിൽ ചുവ ന്ന ഉറുമ്പുകളോട് കലഹിച്ചു കശുമാങ്ങ പറിച്ചെടുക്കാൻ കിണഞ്ഞു പരിശ്രമിച്ചു കൊണ്ടിരുന്ന ഏട്ടൻ പൊടുന്നനെ താഴേക്കു ചാടി. (വല്ല്യ മ്മ എന്നെ പാറൂട്ടി എന്നാണ് ഏട്ടനെ വിളിക്കാൻ ശീലിപ്പിച്ചത്. അതൊ രു വല്ലാത്ത സ്നേഹം തോന്നുന്ന വിളിയാണ്) ഞാനെന്റെ ചളി പുര ണ്ട കാലുകളെ പുല്ലിൽ ഉരച്ചു പിന്നെയും കളിച്ചുകൊണ്ടിരുന്ന കുട്ടി കളെയൊന്നു നോക്കി തിരിഞ്ഞു നടന്നു.

"ഈ സമയം എത്ര വേഗാ പോണത് "

ഞാൻ ആരോടെന്നില്ലാതെ പറഞ്ഞു. ഏട്ടനും ഞാനും കശുമാങ്ങ ചവച്ചുകൊണ്ട് വീടിന്റെ മുറ്റത്തെത്തുമ്പോൾ നിനച്ചിരിക്കാതെ അമ്മ ഉമ്മറത്തേക്ക് വന്നു. അമ്മ ഞങ്ങളെ രണ്ടുപേരെയും മാറി മാറി നോക്കി. ചോദ്യങ്ങൾ ചോദിക്കാതെ തന്നെ കണ്ണുകൾ കൊണ്ട് അറി യിച്ചതിനാൽ ഏട്ടൻ കുപ്പായത്തിന്റെ പോക്കറ്റിൽ നിന്നും കശുവണ്ടി എടുത്തു പടിക്കലേക്കെറിഞ്ഞു. അപ്പോഴാണ് ഞാനുമത് ശ്രദ്ധിച്ചത്. ഞങ്ങളുടെ രണ്ടുപേരുടെയും കുപ്പായങ്ങളിൽ കശുമാങ്ങാക്കറ ചിത്ര പ്പണികൾ തീർത്തിരുന്നു അപ്പോഴേക്കും.

എന്റെ കാലിൽ ഒന്നും ഏട്ടന് രണ്ടുമൂന്നെണ്ണം ഒരുമിച്ചും കിട്ടി നല്ല അടി. കിണറ്റിൻ കരയിലേക്ക് പോവുമ്പോൾ അടക്കി നിർത്താൻ പറ്റാതെ ഞാൻ ചോദിച്ചു.

"ഏട്ടനെപ്പള കശുവണ്ടി പോക്കറ്റിൽ തിരുകിയത്?"

അടിച്ചതിന്റെ വിവരണവുമായി അമ്മ അപ്പോഴേക്കും അവിടെയു മെത്തി.

"നൂറു പ്രാവശ്യം പറഞ്ഞിട്ടുണ്ട്, അന്യരുടെ ഒരു വകയും എടുക്ക രുതെന്ന്. എന്നിട്ടതും വയറ്റിലാക്കി വന്നിരിക്കുന്നു".

ഏട്ടൻ അടികൊണ്ടു തിണർത്ത പാടുകളിൽ ബക്കറ്റിൽ നിന്നും വെള്ളം കോരിയൊഴിച്ച് കൊണ്ടിരുന്നു. കൂടെ കരയുന്നുമുണ്ടായിരു ന്നു. എനിക്കെന്തോ വല്ലാത്ത സങ്കടം തോന്നി. പാവം! ഏട്ടൻ അങ്ങ നെയുള്ള ഒരാളല്ലയെന്ന് എനിക്കറിയാമായിരുന്നു. അമ്മ ചിലപ്പോ എ ല്ലാം മറക്കുന്നു എന്നെനിക്കു തോന്നി.

ഏട്ടന്റെ കാലിലെ പാടിൽ വെളിച്ചെണ്ണ തേക്കുമ്പോൾ അമ്മ പറ ഞ്ഞു, "വിശന്നാൽ ട്രൗസർ അങ്ങട് മുറുക്കി കെട്ടാ, എന്നാലും അന്യ ന്റെ മുന്നിൽ കൈ നീട്ടരുത്. ആരുടേം മുതല് മോഹിക്കേം ചെയ്യരു ത് ". ആ പറഞ്ഞത് എന്താണെന്നു മനസ്സിലായില്ലെങ്കിലും ചെയ്ത ത് ആവർത്തിക്കാൻ പാടില്ലാത്ത ഒരു തെറ്റാണെന്ന് ഞാൻ ഉൾക്കൊ ണ്ടു. എന്നാലും സന്ധ്യാ വിളക്കിനു മുന്നിലിരുന്നു നാമം ചൊല്ലു മ്പോഴും ഏട്ടൻ പതുക്കെ തേങ്ങുന്നുണ്ടായിരുന്നു. ഞാൻ നിശ്ശബ്ദമാ യിരുന്നു നാമം ചൊല്ലിത്തീർത്തു.

പിന്നെയും കുറെ കഴിഞ്ഞാണ് അച്ഛൻ കയറി വന്നത്. വന്നപാടെ അച്ഛമ്മ (അച്ഛന്റെ അമ്മ) ഉണ്ടായതെല്ലാം ഒന്നിടവിടാതെ അച്ഛനെ കേൾപ്പിച്ചു. അമ്മ തടയാൻ ശ്രമിച്ചെങ്കിലും നടന്നില്ല. ഏട്ടൻ ഉമ്മറ ത്തേക്ക് വിളിക്കപ്പെട്ടു. ഏട്ടന്റെ കൈവെള്ളയിൽ വീണ്ടും അടിവീണു.ക രയാൻ പോലും മറന്നു പുസ്തകമെടുത്തു പതിയെ നിവർത്തി ഉറക്ക നെ വായിച്ചു കൊണ്ട് ഏട്ടൻ ആ വേദനയെ വെല്ലുവിളിച്ചു.

"അരളിച്ചെടിയുടെ ഇല തന്നടിയിൽ അരുമക്കിങ്ങിണി പോലെ. വീശും കാറ്റത്തിളകിത്തുള്ളി വീഴാതങ്ങനെ നിന്നു"

അമ്മ പതുക്കെ അടുത്തിരുന്നു ചോറ് വാരിക്കൊടുത്തു ഓരോന്ന് പറഞ്ഞു ഏട്ടന്റെ സങ്കടം അപ്പാടെ തൂത്തു കളഞ്ഞു. രാത്രിയിൽ കൂമൻ കരയുന്നതും കേട്ട് കാലൻ കയറുമെടുത്തു കാളപ്പുറത്തു ഇരുന്നു കൊണ്ട് കുലുങ്ങി കുലുങ്ങി വരുന്നത് ഓർത്തോർത്തു ഭയന്നു ഞാൻ കണ്ണുമടച്ചു കിടന്നു. തലയിണക്കടിയിൽ ഭൂതങ്ങളെ അകറ്റി നിർത്താൻ വേണ്ടി ഒരു തുരുമ്പിച്ച കത്തി എടുത്തു വെച്ചിരുന്നു. അത് അച്ഛമ്മ എനിക്ക് തന്നതായിരുന്നു. ഞാനത് നിധി പോലെ കാത്തു പോന്നു. മറ്റൊന്നിനും പ്രേതങ്ങളിൽ നിന്ന് എന്നെ രക്ഷിക്കാൻ സാധിക്കില്ല യെന്ന് ഞാൻ വിശ്വസിച്ചിരുന്നു. അതിന്റെ ധൈര്യത്തിൽ പിന്നെ രാ

ത്രിയുടെ ഏതോ യാമത്തിൽ എപ്പോഴോ ഉറങ്ങുമായിരുന്നു .

"നല്ലോണം മുറുക്കി പിടിച്ചു കെടന്നോളു" അച്ഛമ്മ കൂടെ കൂടെ ഓർമ്മിപ്പിച്ചു. ഈ വാക്കുകൾ ഇന്നും എന്റെ കാതിൽ മുഴങ്ങാറുണ്ട്. പക്ഷെ ഇന്നിന്റെ പ്രേതങ്ങളിൽ നിന്ന് രക്ഷപ്പെടാൻ ആ തുരുമ്പിച്ച കത്തി പോരാതെ ആയിരിക്കുന്നുവെന്ന് വിളിച്ചു പറയുവാൻ ഞാൻ ആഗ്രഹിക്കുന്നു. അച്ഛമ്മ ഇന്നുണ്ടായിരുന്നെങ്കിൽ ഒരു പക്ഷെ മറ്റൊരു പോംവഴി പറഞ്ഞു തരാതിരിക്കില്ലായിരുന്നു. പ്രേതങ്ങളുടെ കണ്ണിൽ പ്പെടാതിരിക്കാൻ പ്രാർത്ഥിച്ചു കൊണ്ട് ഉറക്കത്തിലേക്കു ഊളിയിട്ടു ബാല്യകാലം മുഴുവനും. വിചിത്രങ്ങളായ ചില ഭയപ്പാടുകളുടെയും സങ്കല്പങ്ങളുടെയും സമ്മിശ്രമാണ് ഓരോ ബാല്യവും.

പവിഴമല്ലിമൊട്ടുകൾ

പറഞ്ഞു പറഞ്ഞ് ഇപ്പോൾ സ്വപ്നത്തിൽ എല്ലാ ദിവസവും ഞാൻ അമ്പലത്തിൽ പോവാറുണ്ട്. അതൊരു സുഖാണ്. നേരം വെളുക്കു ന്നത് കാണാൻ നല്ല ഭംഗിയാണ്. സന്ധ്യയിൽ നിന്ന് ഇരുട്ടിലേക്കെ ത്തുന്നതും ഭംഗി തന്നെ. ഇരുട്ടിലേക്കെത്തുന്നതെന്ന് വേണ്ട രാത്രി യെന്നു മതി. ഇരുട്ടിലേക്കെന്നു പറയുമ്പോൾ എന്തോ ഒരു വിഷമം വരും.

പെട്ടെന്നോർമ്മ വരിക ഒരു പെൺകുട്ടിയെ ആണ്. ജീവിതത്തി ന്റെ അനിശ്ചിതാവസ്ഥ നൽകിയ നിസ്സഹായത കണ്ണുകളിൽ നിറച്ച് ഒരു തരി വെളിച്ചവും കടന്നുവരാത്ത ഇരുട്ടിനെ നോക്കിനിൽക്കുന്നൊ രു പെൺകുട്ടിയെ... അവളെത്ര പാവമായിരുന്നു!വേണ്ട അവളവിടെ ആ ഇരുട്ടിൽ തന്നെ നിൽക്കട്ടെ. ഇന്നിപ്പോൾ പറഞ്ഞു പറഞ്ഞു സങ്ക ടപ്പെടാൻ വയ്യ. ഇന്നെഴുതേണ്ടത് മുഴുവനും അവളുടെ സന്തോഷങ്ങ ളെ കുറിച്ചാവണം. സന്തോഷങ്ങൾ ഈയിടെയായി എനിക്കേറെയു ണ്ട്. എന്തിലും ഒരു നന്മ കണ്ടെത്തുക എന്നൊരു സ്വഭാവം ഈയിടെ യായി എന്നിൽ കേറിക്കൂടിയതുകൊണ്ട് കുഞ്ഞു കാര്യങ്ങളിൽ പോ ലും എനിക്കൊരുപാട് സന്തോഷമാണ്.

പുലരികളിൽ മെല്ലെ മെല്ലെ വെളിച്ചം പരക്കുന്നത് കാണുന്നത്, മേഘങ്ങൾ നീങ്ങണത്, ദൂരേന്നു മഴയിറങ്ങി വരണ കാണുന്നത്, സന്ധ്യ കനത്ത് ഇരുൾ പരക്കുന്നത്, സൂര്യരശ്മികൾ നീണ്ടു നീണ്ടു വന്നു വെയിൽ വിരിയുന്നത്, അതൊക്കെ എത്ര ഭംഗിയുള്ള കാഴ്ചക ളാണ്.തൊഴുതു കഴിഞ്ഞ് പുന്നെല്ലിൻ പാടം കാണുന്നതും കണ്ണിനു തണുപ്പ് തരണ ഒന്നാണ്. പല തരം പച്ചയാണ് പാടത്ത്. ഞാറുകളു ടെ ഇളം പച്ചയും, മീശ പോലെ നിക്കണ വലിയ പുല്ലുകളുടെ കടും പച്ചയും, വരമ്പിലെ മഞ്ഞച്ച പച്ചയും, പാടവക്കത്ത് ചാഞ്ഞു നിക്ക ണ പാലമരത്തിലെ തളിരില പച്ചയുമൊക്കെയായി പലതരം പച്ചകൾ. ആ പച്ചയിലേക്ക് മഞ്ഞ് നേർത്ത പുതപ്പ് നിവർത്തിക്കൊണ്ടുവരുന്ന ത് ഞാൻ ഏറെനേരം നോക്കാറുണ്ട്.

വരമ്പിനിപ്പുറം മതിലുകെട്ടിയ അമ്പലക്കുളമാണ്. അതിലെ വെള്ളം ഒരു നീലിച്ച പച്ചയാണ്. മഞ്ഞു തുള്ളികൾ ഇടയ്ക്കൊന്നു വീഴുമ്പോൾ ഉണ്ടാകുന്ന കുഞ്ഞോളങ്ങളൊഴിച്ചാൽ കുളം ധ്യാനിക്കയാണെന്ന പോൽ തീർത്തും അനക്കല്ല്യാണ്ടാണ്. പടവുകളെ തിരിക്കുന്ന മതി ലിനു മുകളിൽ പറ്റിപ്പിടിച്ച പായലുകളിലും വക്കത്തുള്ള ചെടികളി ലുമൊക്കെ ഓടിപ്പോയി ചെന്നിരിക്കുന്ന, വെള്ളത്തിന് മീതെ വേഗ ത്തിൽ പറക്കുന്ന തുമ്പിക്കൂട്ടത്തെ കാണുമ്പോൾ മിടുക്കരായി രാവിലെ നേരത്തെ എണീറ്റ് വർക്ക്ഔട്ട് ചെയ്യുകയാണെന്ന് തോന്നാറുണ്ട്. മഞ്ഞുപുകയും ഗണപതിഹോമത്തിന്റെ പുകയും കൂടിച്ചേർന്ന് ആ കാശത്തോട്ട് പൊങ്ങി കാണാതാകുന്നതും എനിക്ക് പ്രിയപ്പെട്ട ദൃശ്യ മാണ്.

മണ്ഡലകാലം തുടങ്ങിയാൽ ദിവസങ്ങൾ തുടങ്ങുന്നതും അവ സാനിക്കുന്നതും എവിടെനിന്നെങ്കിലുമൊക്കെ അയ്യപ്പനാമം കേട്ടോ ണ്ടായിരിക്കും. മഞ്ഞിന്റെ തണുപ്പിൽ ഈറൻ കാറ്റിൽ കുളിർന്നു കൊണ്ട് ശരണം വിളി കേൾക്കാൻ എനിക്കിഷ്ടാണ്. കേൾക്കുമ്പോൾ അറിയാതെ ഞാനും കൂടെ വിളിക്കാറുണ്ട് സ്വാമിയേ ശരണമയ്യപ്പാ ന്. ഇവിടങ്ങളിലെ അമ്പലങ്ങളിലൊക്കെ അഖണ്ഡനാമജപമുണ്ടാവും. തീർത്തും അപ്രതീക്ഷിതമായി അത്രയധികം സ്നേഹിക്കുന്ന ഒരാ ളെ കാണുക....

ഫോൺ വിളിക്കുമ്പൊ പറയണമെന്നാഗ്രഹിച്ചത് പലപ്പോഴും പറ യുവാനാകാതെ.... വാക്കുകളിൽ മൗനം കടുങ്കെട്ടിട്ട് മുറുക്കുമ്പോൾ പറയാതെ തന്നെ മനസിലാക്കി സംസാരിക്കുക.പ്രിയപ്പെട്ടൊരാൾ വി ചാരിക്കാത്തൊരു നിമിഷത്തിൽ വന്നു കെട്ടിപ്പിടിച്ചുമ്മ വെക്കുക. അങ്ങ നേയിരുന്ന് എന്തൊക്കെയോ ആലോചിച്ച് പെട്ടെന്ന് മനസ്സ് ശൂന്യമാ വുമ്പൊ അത്രയധികം ഇഷ്ടമുള്ള പാട്ട് നമ്മിലേക്കെത്തുക.

ഒരു തയ്യാറെടുപ്പുകളുമില്ലാത്തൊരു യാത്ര പോവുക...നിനക്ക് വേണ്ടിയെന്ന് കേൾക്കാനാഗ്രഹിക്കുമ്പോൾ കേൾക്കാൻ പറ്റുക....അത്ര മേൽ ഭംഗിയുള്ളൊരു സമ്മാനം കിട്ടുക. വല്ലാതെ വിശന്നിരിക്കുമ്പോൾ അത്രയും സ്വാദുള്ള ദോശ കഴിക്കാൻ സാധിക്കുക.....

കണ്ണിൽ വെള്ളം വരുന്നത്ര ചിരിക്കാനും ചിരിപ്പിക്കാനും ഒരാളു ണ്ടാവുക. ഒറ്റപ്പെടൽ എന്ന സങ്കടത്തോന്നലിൽ നിസ്സഹായപ്പെടു മ്പോൾ ചേർത്തു നിർത്താനൊരാളുണ്ടാകുക..ഇല്ലെന്നറിയാമെങ്കിലും വെറുതെ ഒരു പ്രതീക്ഷയെ കണ്ണിൽ നിറച്ച് മെയിൽ ബോക്സ് തുറ ന്നു നോക്കുമ്പോൾ ഒട്ടുമൊട്ടും വിചാരിക്കാതെ പ്രിയമുള്ളൊരാളുടെ

വായിച്ചാലും തീരാത്തത്ര നീണ്ട മെയിൽ വന്നു കിടക്കുന്നതു കാണുക.. എന്റെയിഷ്ടങ്ങളെയെല്ലാം അറിയുമ്പോൾ ഇതൊക്കെ എന്റേം ഇഷ്ടങ്ങളാണല്ലോ എന്ന് നമുക്കത്രയും ഇഷ്ടമുള്ളൊരാൾ പറ യുന്നത് കേൾക്കുക.... ഇതെല്ലാം എനിക്കിപ്പോഴെന്റെ സന്തോഷങ്ങ ളാണ്. ജീവിതം ഇതുപോലത്തെ കുഞ്ഞുകുഞ്ഞു സന്തോഷങ്ങളു ടെ ആകെത്തുകയാകുന്നത് ഇങ്ങനെയൊക്കെ ആവ്വൊ!

കെടക്കാൻ പോകുന്നേന്നു മുൻപെ ഉമ്മറത്തെ മുറ്റത്തേക്കൊന്നു പോയി നോക്കാറുണ്ടായിരുന്നു ദിവസവും. അപ്പോഴാണ് രാത്രിയ്ക്ക് മണം കൊടുക്കാൻ വേണ്ടി പവിഴമല്ലിമൊട്ടുകൾ വിരിയാൻ തയ്യാറായി നിൽക്കുക.വെളുപ്പിനേ എണീറ്റ് വാതിൽ തുറക്കുന്നത് ആ പൂമണം വീണ്ടും എനിക്ക് മുന്നിലേക്ക് നിറയാനാണ്. എന്റെ ദിവസങ്ങളുടെ ആരംഭവും അവസാനവും ഇങ്ങനെയൊക്കെയായിരുന്നു. വെളിച്ചം വീണു കഴിഞ്ഞാൽ കാണാം മുറ്റം നിറയെ വീണു കിടക്കുന്ന, മഞ്ഞു മ്മ വെച്ച പവിഴമല്ലി പൂക്കളെ. നല്ല ഭംഗിയുള്ള കാഴ്ച്ചയാണത്. കൊമ്പി ലൊന്നു തൊട്ടാൽ മതി പൂക്കളിങ്ങനെ ഉതിർന്നു വീഴാൻ. പെറുക്കി യെടുത്ത് ചിലപ്പോഴൊക്കെ മാല കോർക്കും.ചിലപ്പൊ വെറുതെ കൂട്ടി വെക്കും. ഇനി ചിലപ്പൊ നീയെന്റെ മുഖത്തേക്കെറിയുകയെന്നു വിചാ

രിച്ച് ഞാൻ തന്നെ എന്റെ മുഖത്തേക്കിടും. ചിലപ്പൊ കമ്മലായി കാതിൽ ഒട്ടിച്ചു വെക്കും. വല്ലാണ്ട് ഭ്രാന്ത് മൂക്കുമ്പൊ മഞ്ഞളില പൊട്ടിച്ച് അറ്റം കൂട്ടിക്കെട്ടി വഞ്ചി പോലെയാക്കി അതിൽനിറയെ ഇത് നിറയ്ക്കും.

അതും നോക്കിയിരുന്ന് അതിൽ കേറിയൊരു യാത്ര കിനാവ് കാണും. പണ്ട് കോളേജ് കാലത്ത് പതിവായി പോകുമായിരുന്ന ഒരു കടയുണ്ടായിരുന്നു. അവിടെ ധാരാളം ആശംസാ കാർഡുകൾ ഉണ്ടായിരുന്നു. ആ കൂട്ടത്തിലൊരു പിറന്നാളാശംസ കാർഡ് മേടിച്ച് ഞാൻ എനിക്ക് തന്നെ സമ്മാനിച്ചിട്ടുണ്ട്. ഒരു പെൺകുട്ടി പുറം തിരിഞ്ഞു നിൽക്കുന്നതാണ് ചിത്രം. നീണ്ട സ്വർണ്ണത്തലമുടിയിഴകളിൽ നിറയെ പവിഴമല്ലി പോലുള്ള പൂക്കൾ കുറെ തിരുകി വച്ചിരിക്കുന്നു. എനിക്കത് ഒരുപാടിഷ്ടായി. ആരും സമ്മാനിക്കാനില്ലാത്തോണ്ട് ഞാൻ തന്നെ അതെനിക്കായി മേടിച്ചു. ഇപ്പഴും അതെന്റെ കയ്യിലുണ്ട്. അതുപോലെ എന്റെ മുടിയിഴകളിലും നിറയെ പവിഴമല്ലിപ്പൂക്കളെ തിരുകി വെക്കണം ന്ന് കൊതിച്ച്ണ്ട്. എനിക്കിഷ്ടാണ് ഇതുപോലെയുള്ള എന്റെ ഭ്രാന്തി ഷ്ടങ്ങളെ......നിനക്കൊ?

അമ്പലപ്പറമ്പിലെ പാലകൾ രണ്ടും പൂക്കാനുള്ള ദിവസങ്ങളെണ്ണി കാത്തുനിൽപ്പൂ തുടങ്ങീട്ട് കുറച്ചു ദിവസമായി . ഓരോ കൊമ്പുക ളേം ഇലകളേം കണ്ടാലറിയാം എന്നെ കൊതിപ്പിക്കാനുള്ള അവരു ടെ പൂക്കാലത്തിനുള്ള തിടുക്കം. ഇടയ്ക്കുള്ള മഴ പെയ്യലു കാണു മ്പോൾ അവരുടെ ഉള്ളിൽ ആധിയാവും. എനിക്കാണേലോ പെയ്യാ താവുമ്പോഴാണ് ആധി. തുലാവർഷമെന്ന് പറയുന്ന ഐറ്റം ഇതുവ രേം നേരം പോലെ പെയ്തിട്ടില്ല.ഇനി ഈ കൊല്ലോം വെള്ളം വറ്റി യാൽ കിണറ്റിൽ റിംഗും കൂടി ഇറക്കാൻ പാകല്ല്യാന്ന് അന്നേ ആ റിം ഗുകാരൻ പറഞ്ഞിട്ടുണ്ട് .കിണർ റീചാർജിങ്ങ് പരിപാടി ശരിയായ തും ഇല്ല്യ. മുറ്റത്ത് ആദ്യമായി മന്ദാരം വിരിഞ്ഞു. കട്ടയിതളുകളുള്ള കടും ചുവപ്പാർന്ന ചെമ്പരത്തിയും ആദ്യായിട്ടിന്നു വിരിഞ്ഞു. കു ഞ്ഞു നന്ത്യാർവട്ടം, നീലേം വെള്ളേം ശംഖുപുഷ്പം ഒക്കയും നിറ യേ ഉണ്ടായി.

എന്നാലും സന്തോഷം കുറച്ചധികം തോന്നിയത് ഇല കാണാത്ത വിധം പൂത്ത നാലുമണിപ്പൂക്കളെ കണ്ടപ്പഴാണ്. നിനക്കത്ര പ്രിയപ്പെട്ട തെന്ന ഒറ്റക്കാരണം കൊണ്ട് ഞാനെന്റെ മുറ്റം നിറയെ നാലുമണി ച്ചെടികളെ നടാൻ തീരുമാനിച്ചു.ഓരോ പൂവും വിരിയുമ്പോൾ എന്റെ യുള്ളിൽ നിന്നോടുള്ള സ്നേഹം കൂടിക്കൊണ്ടേയിരിക്കും. കാത്തിരി

പ്പുകൾക്കൊടുവിൽ നീയെന്നെ കാണാൻ വരുമ്പോൾ നിന്റെ കൈക്കു മ്പിൾ നിറയ്ക്കാൻ വേണ്ടത്ര പൂക്കൾ അന്നും വിരിയുമായിരിക്കുമ ല്ലേ?

തനിച്ചിരിക്കുമ്പോൾ മുഴുവൻ വരികളും അറിയുന്ന പാട്ടുകൾ പാടു കയും അതാസ്വദിക്കലുമാണ് ഇപ്പോഴത്തെ പുതിയൊരിഷ്ടം. നന്നാ യിട്ടുണ്ടല്ലോ പെണ്ണേ എന്ന് ഞാനെന്റെ തോളിൽ തട്ടി പറയാറുണ്ട്. കണ്ണാടിയിലെ എനിക്ക് ഞാൻ ഫ്ളൈയിങ് കിസ്സ് കൊടുക്കാറുണ്ട്.

റാണി പദ്മിനിയിലെ 'ഒരു മകര നിലാവായ് തളിരില തഴു കൂ......പെരുമഴ ചെവിയോർക്കും പുതുനിലമായ് നിൽപ്പൂ ഞാൻ......' എന്ന പാട്ട് കാതിലിങ്ങനെ നിറയുകയാണ്. ആദ്യമായ് കേട്ടപ്പഴേ അസ്ഥിക്ക് പിടിച്ചൊരു പാട്ടാണിത്. ഇന്ന് മുഴുവനും ഇത് പഠിക്കലാ യിരുന്നു പണി. ഇനിയും ശരിയായില്ല. എന്നാലും ശ്രമിച്ചോണ്ടേയിരി ക്കുന്നു. ഇത് പോലെ ആ വണ്ടി കൂടി ഒന്നോടിക്കാൻ പഠിച്ചൂടെന്ന് ഇ വിടൊരാള് ചോദിക്കുന്നുണ്ട്. വണ്ടിയിൽ കാഴ്ചകളും നോക്കി ഇരി ക്കാനും, കേക്കണ പാട്ടിനൊപ്പം മൂളാനും, ഇടയ്ക്കൊന്ന് ഉറങ്ങാനും ഓടിക്കുന്ന ആൾക്കുള്ള സീറ്റിലിരുന്നാൽ സാധിക്കൂല്ലല്ലൊ ന്ന് ഞാൻ. മോഹമുണ്ട്.ഇരുവശോം കാടിന്റെ പച്ച മണക്കുന്ന വഴിയിലൂടെ ഒരു ലക്ഷ്യവുമില്ലാതെ വണ്ടിയോടിച്ചു പോവാൻ. അതൊക്കെ അതിമോ ഹമാണെന്ന് ഞാനെന്നേ എന്നെ പഠിപ്പിച്ചു കഴിഞ്ഞു.

ഇത് പോലെ അതിമോഹങ്ങളുടെ ഒരു വലിയ ലിസ്റ്റുണ്ട് എന്റെ കയ്യിൽ. ചിത്രകാരിയാവുക, ശില്പിയാവുക, നൃത്തം ചെയ്യാൻ സാധി ക്കുക, നേച്ചർ ഫോട്ടോഗ്രാഫർ ആവുക, നോർത്തേൺ ലൈറ്റ്സ് കാണുക, എവറസ്റ്റിൽ പോയി എന്റേം നിന്റേം പേരെഴുതി വെക്കുക, എല്ലാ കുഞ്ഞുങ്ങളുടെയും മുഖത്തും ചിരിയും സന്തോഷവും നിറ യ്ക്കുക, എല്ലാവരുടെ സങ്കടങ്ങളും ഇല്ലാതാക്കാൻ സാധിക്ക്യാ, അങ്ങ നെ കൊറേ. ഈ ലിസ്റ്റ് ഇതൊന്നും പെട്ടെന്ന് തീരൂല്ല എങ്കിലും ഇട യ്ക്കിങ്ങനെ എടുത്തു നോക്കുന്നതും ഒരു കുഞ്ഞു സന്തോഷം തന്നെ.

എന്റെ വിദ്യാലയ മധുര സ്മരണകൾ

എവിടെ നിന്നോ ഓടി വന്ന കാറ്റിന്റെ വേഗതയിൽ എന്റെ ചുറ്റും പൊഴിഞ്ഞ അരളി പൂക്കൾക്കൊപ്പം ഓർമ്മകൾ വീണ് മനസ്സ് നിറയു ന്നത് ഞാനറിഞ്ഞു. വരാന്തയിലൂടെ പഴയ ക്ലാസ് മുറികൾ തിരഞ്ഞു ചെന്നപ്പോൾ ഇന്ദിര ടീച്ചറിന്റെയും, ശോശാമ്മ ടീച്ചറിന്റെയും മറ്റ് പ്രി യ അധ്യാപകരുടെയും ശബ്ദം കേൾക്കുന്നതുപോലെ... കൂട്ടുകാരുമാ യി പങ്കുവെച്ച തമാശകൾ, പിൻബെഞ്ചിലെ അടക്കം പറച്ചിലുകൾ, പൊട്ടിച്ചിരികൾ   അങ്ങനെയങ്ങനെ ഒന്നിന് പിറകെ ഒന്നായി കൺ കോളിൽ ഉരുണ്ടുകൂടിയ നീർത്തുള്ളി പീലികളിൽ തടഞ്ഞു വീഴാൻ പ്രയാസപ്പെട്ടു.

ഓർമ്മകൾ മുന്നിൽ നുരഞ്ഞു പതഞ്ഞു പൊങ്ങുന്നുണ്ട് സ്വപ്ന ങ്ങളിലൂടെ വീണ്ടും അവ ആഞ്ഞടിക്കുന്നു. ഞാൻ എന്റെ വിദ്യാലയ ത്തിലേക്ക്   ഇടനാഴികളിലൂടെ മരത്തണലുകളിലൂടെ, കൂട്ടുകാരുടെ സ്നേഹത്തിലൂടെ, അധ്യാപകരുടെ വാത്സല്യത്തിലൂടെ, അനസ്യൂതം ഇങ്ങനെ പറന്നു നടക്കട്ടെ..

ബാല്യകാല ഓർമ്മകളിൽ പ്രധാനം ഗവണ്മെന്റ്   ട്രൈബൽ അ പ്പർ പ്രൈമറി സ്കൂൾ കുമളി തന്നെ. ഒത്തിരി മാറ്റം വന്നിരിക്കുന്നു ഇന്ന്. ആദ്യം ശ്രദ്ധയിൽ പെട്ടത് സ്കൂളിന്റെ ഗേറ്റും 'ബെല്ലുമുട്ടി' എ ന്ന് ഞങ്ങൾ വിളിച്ചിരുന്ന ഇരുമ്പ് വളയത്തിന്റെ സ്ഥാനത്തെ ഓട്ടുമ ണിയും ആയിരുന്നു. അന്ന് മഴവെള്ളം ഒലിച്ചിരുന്ന മുറ്റം മണ്ണിട്ട് നിര ത്തി ചുറ്റുവട്ടവും കല്ല് കെട്ടി വിശാലമാക്കിയിരിക്കുന്നു.അരച്ചുമർ വേർ തിരിച്ചിരുന്ന ചെങ്കല്ലിന്റെ പഴയ ക്ലാസ് റൂമുകൾ, ഓലമറച്ചു കരിയോ യിൽ തേച്ചു മിനുക്കിയ ക്ലാസ് മുറികൾ എല്ലാം സിമെന്റ് തേച്ച് പുതു ക്കിയിരിക്കുന്നു.

അകത്ത് കയറിയപ്പോൾ പ്രിയപ്പെട്ട അധ്യാപകർ ആരുമില്ല. പല രും ഇന്ന് ജീവിച്ചിരിപ്പില്ല.സഹപാഠികളിൽ ചിലർ സ്കൂളിലെ അധ്യാ പകരും അധ്യാപികമാരും ആയിരിക്കുന്നു. വിദ്യാർത്ഥികൾക്കും ഉണ്ട് ഒത്തിരി മാറ്റം... ഗ്രൗണ്ടിൽ ഓടിക്കളിക്കുന്നവരോ അരച്ചുവരിലും ജനൽ പടിയിലും ഇരുന്ന് സമയം കളയുന്നവരോ, വരാന്തയിൽ കൂട്ടം

കൂടിയിരുന്ന് കൊത്തംകല്ല് കളിക്കുന്നവരോ ഉണ്ടായിരുന്നില്ല. എല്ലാ വരും വായനാ മൂലയിലും കമ്പ്യൂട്ടർ ലാബിലും ആണ് അധിക സമ യവും എന്ന് ഒരു പഴയ അധ്യാപകൻ പറഞ്ഞു. ഒന്നാം ക്ലാസ്സ് മുതൽ ഏഴ് വരെ ഞാൻ പഠിച്ചിരുന്ന എന്റെ സ്കൂൾ.. എന്നും ചിറ്റയായിരു ന്നു എന്നെ കൊണ്ടാക്കി കൂട്ടികൊണ്ട് പോയിരുന്നത്.

ഓർമ്മകളുടെ കുത്തൊഴുക്കുണ്ടാവുമ്പോൾ ആദ്യം മുമ്പിലെത്തു ന്ന മുഖങ്ങളെല്ലാം സമ്മാനിച്ചത് ഈ സ്കൂളും അതിന്റെ ചുറ്റും ഓടി ത്തീർത്ത കുട്ടിക്കാലവും തന്നെ. ഒന്നാം ക്ലാസ്സിലെ രാഘവൻ സർ, കണ്ണിലെപ്പോഴും വാത്സല്യം സൂക്ഷിക്കാറുള്ള പങ്കജാക്ഷി ടീച്ചർ,കു ഞ്ഞമ്മട്ടീച്ചർ, പ്രിയപ്പെട്ട ഇന്ദിര ടീച്ചർ,ദേവകി ടീച്ചർ,.. ഗണിതം കവിത പോലെത്തനെയാണ് എന്ന് ബോധ്യപ്പെടുത്തിയ ജേക്കബ് സർ.ശോ ശാമ്മ ടീച്ചർ, ഹിന്ദിട്ടീച്ചർ, തോമസ് സർ , മൈമൂനാട്ടീച്ചർ, സാലി ടീച്ചർ ഷൈലജ ടീച്ചർ.സ്കൂളിലെ പ്യൂൺ ഗംഗാധരൻചേട്ടൻ, ജക്കൻ ചേട്ടൻ,അമ്മിണി ചേച്ചി..

അങ്ങനെയങ്ങനെ വാത്സല്യത്തിന്റെ മുഖങ്ങളെല്ലാം സ്കൂൾ മുറ്റ ത്തേക്ക് കയറുമ്പോൾ തന്നെ മുമ്പിലെത്തിയിരുന്നു.

വെറുതെ പഴയ ഒന്നാം ക്ലാസ്സിന്റെ ജനലിലൂടെ അകത്ത് നോക്കി നിന്നു. ഒരു കൗതുകം. അന്ന് ആറ് കാലും സാധാരണ ബെഞ്ചിന്റെ ഇരട്ടി നീളവുമുള്ള രണ്ട് ബെഞ്ചും സാധാരണ ബെഞ്ചുകൾ മൂന്നും ആയിരുന്നു ക്ലാസ്സിൽ. അധ്യാപകന് ഇരിക്കാൻ കൈപ്പിടിയുള്ള മര ക്കസേരയുണ്ടായിരുന്നു. മാഷുടെ ഇരുവശത്തും നീണ്ട ബെഞ്ചുക ളിൽ പെൺകുട്ടികളും ബാക്കി മൂന്ന് ബെഞ്ചിൽ ആൺ കുട്ടികളും. ആ ഇരട്ടക്കൈയ്യൻ കസേരയ്ക് ചുറ്റും ഞങ്ങൾ എപ്പോഴും കൂട്ടം കൂടി നിന്നു. ചുവരിൽ ചാരിവെച്ച മരക്കാലുകളിലെ മഞ്ഞ നിറത്തിലുള്ള ബ്ലാക്ക് ബോർഡിന്റെ ചുറ്റുവട്ടവും ഞങ്ങൾ ഒരോ വാക്കും ഒരോ അ ക്ഷരവും ഉച്ചത്തിൽ ഉരുവിട്ട് പകർത്തി എഴുതുന്നത് മനസ്സിൽ നിന്ന് മാഞ്ഞിട്ടില്ല.

ആ ജനലിനോടും കടപ്പാടുണ്ട്... പലപ്പോഴും അതിലൂടെ ക്ലാസി ലേക്കും പുറത്തേക്കും കടന്നിരുന്നത് ആ അഴിയില്ലാ ജനലിലൂടെയാ യിരുന്നു... കേട്ടഴുതാനുള്ള വാക്കുകൾ ഉച്ചത്തിൽ പറഞ്ഞുതന്ന്, പിന്നീ ട് ഒരോരുത്തരെ വിളിച്ച് മാർക്കിടുന്ന മാഷുടെ ചിത്രവും ഓർമ്മക ളിൽ മായാതെ കിടക്കുന്നു. ഏറ്റവും കൂടുതൽ മാർക്ക് കിട്ടുന്നവർക്ക് ലഭിച്ചിരുന്ന ചോക്ക് പൊട്ടിന് വല്ലാത്ത മൂല്യമുണ്ടായിരുന്നു. വീട്ടിലും നാട്ടിലും മുഴുവൻ അത് കാണിക്കാം... 'തിങ്കളും താരങ്ങളും, തൂവെ ള്ളി കതിർ ചിന്നും തുംഗമാം വാനിൻ ചോട്ടിലാണെന്റെ വിദ്യാലയം...' എന്ന് ചൊല്ലിത്തരുന്ന മാഷോടൊപ്പം ഉച്ചത്തിൽ അലറി പാടുന്ന ആ അഞ്ചുവയസ്സുകാരിയെ കണ്ണടച്ചാൽ മനസ്സിലെത്തിക്കാൻ ഇപ്പോഴും ഒരു പ്രയാസവും ഇല്ല.കാലത്തിന്റെ തീരത്തെവിടെയോ വെച്ച് നഷ്ട മായ ബാല്യത്തിന്റെ ചില നല്ല ഓർമ്മകൾ... ഇന്ന് എന്റെ മക്കളോ ടൊപ്പം അതേ സ്കൂൾ വരാന്തയിൽ...

അന്നത്തെ കേട്ടെഴുത്ത് പരീക്ഷയ്ക്ക് കിട്ടുന്ന മാർക്ക് മായാതെ കൊണ്ടുവന്നു അമ്മയെ കാണിക്കുമ്പോൾ കിട്ടുന്ന സംതൃപ്തി പിന്നീ ട് ഒരിക്കലും കിട്ടിയിട്ടില്ല. ഒരുപാട് സുഹൃത്തുക്കളേ കിട്ടി രമ്യ, രാധി ക,സോണിയ, ബിന്ദു, ലൗസി അങ്ങനെ നീണ്ട ലിസ്റ്റ്. പെൻസിലി ലെ ഒരു കഷണം കടം കൊടുത്തും,മഷിത്തണ്ട് കൊടുത്തും, മിഠായി യും,നെല്ലിക്കയും, ചെമ്പകവും,റോസാപ്പൂവും കൊടുത്തു വാങ്ങിയ തും സമ്പാദിച്ചു കൂട്ടിയതുമായ സൗഹൃദങ്ങൾ. സ്കൂളിലെ ഓരോ മുക്കിലും മൂലയിലും വരെ ഓർമ്മകളുടെ സുഗന്ധമുണ്ട് കളിചിരിക ളുടെ കലപില ശബ്ദമുണ്ട്. ഇണക്കങ്ങളുടെയും പിണക്കങ്ങളുടെയും നിഷ്കളങ്കതയുണ്ട്. ആമക്കുരുവും മഞ്ചാടിക്കുരുവും മഷിത്തണ്ടും

എവിടെക്കണ്ടാലും ഓർമ്മകളിലെ കറുത്ത സ്ലേറ്റിന്റെ നിറത്തിന് ഇന്നും ഞാൻ നിറം കൊടുക്കാറുണ്ട്.ആദ്യാക്ഷരം പകർന്നു കിട്ടിയ ആ വിദ്യാ ലയത്തിൽ നിന്നാണ് പിന്നീട് ഞാൻ അക്ഷരങ്ങൾക്കൊപ്പം വളർന്നത് അക്ഷരങ്ങൾക്കൊപ്പം പിച്ചുവച്ചു നടന്ന ആ വിദ്യാലയമാണ് എന്നെ ഞാനാക്കി മാറ്റിയത്.

ഈ മുറ്റത്തെ ഓരോ മണൽത്തരികൾക്കും എന്തെല്ലാം കഥകൾ പറയാനുണ്ടാവും... കാൽതട്ടി വീണത്, മുട്ടിൽ ചോര പൊടിഞ്ഞത്, കയ്യിലിരുന്ന വളപ്പൊട്ടുകൾ ചിതറി പോയത്, തിരികെ വളപ്പൊട്ടുകൾ തിരഞ്ഞു പെറുക്കിയെടുത്തത്. അരപ്പാവാടയിട്ടു നടന്ന പെൺകുട്ടി കളും, നിക്കറിട്ടു നടന്ന ആൺകുട്ടികളും, പാഠപുസ്തകത്തിനിടയിൽ ഒളിപ്പിച്ചുവെച്ച ബാലരമയും, പൂമ്പാറ്റയും, പുസ്തകത്താളുകൾക്കിട യിലെ മയിൽപീലിത്തൊണ്ടുകൾ അക്ഷര തെറ്റുകൾ നിറഞ്ഞ ആദ്യ പ്രേമലേഖനം.

ഒരദ്ധ്യാപികയി മാറിയ ഞാൻ, സ്വപ്നങ്ങളിലൂടെ ഇന്നും ആദ്യാ ക്ഷരങ്ങൾ പഠിച്ച എന്റെ വിദ്യാലയത്തിൽ ഒപ്പം എന്റെ ബാല്യത്തിൽ എത്തിച്ചേരുന്നത് തികച്ചും ഒരത്ഭുതമായി പലപ്പോഴും അനുഭവപ്പെ ടാറുണ്ട്. ഭൂതകാലവും, വർത്തമാനവുമായി ഒരു ചരടുവലി നടത്തുന്ന സ്വപ്നത്തിൽ ആണെങ്കിലും ഒരു മാനസിക പിരിമുറുക്കം നൽകാറു ണ്ട്. എന്റെ സ്വപ്ന സഞ്ചാരങ്ങൾ കൂടി നിങ്ങളെയും കൂട്ടട്ടെ ഞാൻ..

ഓർമ്മയിൽ അപ്പോഴും എപ്പോഴും നിറഞ്ഞു നിന്നിരുന്ന ഞങ്ങളു ടെ പ്രിയപ്പെട്ട 'കഞ്ഞിപ്പുര '. നല്ല റേഷനരിയുടെ കഞ്ഞിയും ചെറു പയർ തോരനും വീട്ടിൽ നിന്നും കൊണ്ടുവരുന്ന അച്ചാറും കൂട്ടിപി ഴിഞ്ഞ് ആവേശപൂർവ്വം സ്വാദോടെ കൂടി ഞങ്ങളത് കഴിക്കുമായിരു ന്നു..സ്കൂളിലെ കഞ്ഞിപ്പുരയിലെ ഉച്ചക്കഞ്ഞിയുടെ സ്വാദ്.അന്ന് എൽ.പി സ്കൂളിൽ നിന്നും കഴിച്ച രുചിയുള്ള കഞ്ഞിയോളം ഒന്ന് പിന്നീട് കഴിച്ചിട്ടില്ല. കഞ്ഞിപ്പുരയിൽ നിന്നും കഞ്ഞിയും പയറും വേവു ന്ന മണം അതിനേക്കാൾ വലിയ മണമൊന്നും ഭൂമിയിൽ വേറെയില്ല.

രാവിലെ മൂന്നാമത്തെ പിരീഡ് കഴിയുമ്പോഴേക്കും സ്കൂൾ മുഴു വൻ ചെറുപയറിന്റെ മണം പരക്കും.പിന്നെ പഠിത്തമൊക്കെ ഒരു വക യാണ്.. ഇടയ്ക്കിടയ്ക്ക് കഞ്ഞിപ്പുരയുടെ നേർക്ക് നോക്കും.. ചെറു പറയറ് കഴിക്കാനാണ് ഞാൻ പോകാറ്.കഞ്ഞിപ്പുരയിൽ നിന്നും വരു ന്ന വിശപ്പിൻഓർമ്മപ്പെടുത്തലുകൾ സഹിച്ച് ഒരു മണി വരെ ആ വാൻ കാത്തുനിൽക്കും..പ്രൈമറി ക്ലാസിലെ കഞ്ഞിപ്പുര ഇപ്പോളും ഓർമ്മകളിൽ പുക പിടിച്ചിരിപ്പുണ്ട്..

കാത്തിരിക്കുന്ന ഇന്റർവെൽ സമയം.

ബെല്ലടിച്ചാൽ പിന്നെ ഓട്ടമാണ്..

റോഡിനു വെളിയിലുള്ള മഹേഷിന്റെ ചെറിയ കടയിലേക്ക്.... ഉപ്പിലിട്ടത്.,പുളിമുട്ടായി, ശർക്കര മുട്ടായി,സിപ്പപ്പ്.10 പൈസയുടെ ഡോളോ, ഐസ് ക്രീം, തേനാലി, പുളിഞ്ചി, പുൽപ്പൊടി , പച്ച പട്ടാണി, അങ്ങനെ എന്തൊക്കെ..

അമ്പത് പൈസയും അമ്പത് പൈസയും ചേർത്ത് ഒരു സിപ് അപ്പ് വാങ്ങി, രണ്ടാക്കി കഷ്ണിച്ച്... ഹോ..വല്ലാത്തൊരു ആനന്ദമാണ് ആ ഓർമ്മകൾ. ഇന്നത്തെ കുഞ്ഞുങ്ങൾക്ക് അതൊക്കെ കേട്ടുകേൾവി മാത്രമായി.

മറക്കാനാവാത്ത ഒരുപിടി ഓർമ്മകളുമായി ആ സ്കൂളിന്റെ പടിയിറങ്ങിയപ്പോൾ വല്ലാത്തൊരു നഷ്ടപ്പെടലിന്റെ വേദനയായിരുന്നു എനിക്ക് ഉണ്ടായിരുന്നത്. പൂമ്പാറ്റകളെ പോലെ പാറിക്കളിച്ച ആ സ്കൂൾ മറ്റും എനിക്ക് ഒരിക്കലും മറക്കാൻ പറ്റില്ല. ആശയങ്ങളെ അക്ഷരങ്ങളാക്കി മാറ്റിയെടുത്ത ആ ക്ലാസ് മുറികളും എനിക്ക് മറക്കാൻ ആവില്ല അറിവുകൊണ്ട് ഉണ്ടാക്കിയ ഒരു ചെറിയ മുത്തു കിരീടം എനിക്കായി പണിതു തന്ന അധ്യാപകരെയും എനിക്ക് മറക്കാനാവില്ല എന്റെ സന്തോഷങ്ങളിലും നേട്ടങ്ങളിലും ദുഃഖങ്ങളിലും താങ്ങായി ആശ്വാസമായി നിന്ന് കൂട്ടുകാരിയും എനിക്ക് മറക്കാനാവില്ല. ഞാൻ പഠിച്ച സ്കൂൾ കേരളത്തിലെ ആയിരക്കണക്കിന് സ്കൂളുകളിൽ ഒന്നുമാത്രം എന്നാൽ എനിക്ക് അങ്ങനെയല്ല ഇതെന്റെ വിദ്യാലയമാണ് ആരുടെയും ജീവിതത്തിലെ ഏറ്റവും മനോഹരമായ കാലങ്ങളിലൊന്നാണ് സ്കൂൾ ജീവിതം എനിക്കും അത് അങ്ങനെ തന്നെ.

നിശാഗന്ധി നീ വിരിയുന്നതും കാത്ത്

നിശാഗന്ധികൾക്ക് രാത്രികാലങ്ങളിൽ വിരിയുന്ന മറ്റു പൂക്കളിൽ നിന്നും എന്തോ ഒരു പ്രത്യേകത ഉണ്ടായിരുന്നു. രാത്രികാല പ്രേതക ഥകളിൽ അതിന്റെ നിറവും മണവും എപ്പോഴും നിറഞ്ഞു നിന്നു. ഉത്ത രമില്ലാത്ത അകാരണമായ ചില ചോദ്യങ്ങളാൽ ആ ചെടി എന്റെ വീടി ന്റെ പരിസരത്ത് കൊണ്ട് വരാൻ അച്ഛൻ സമ്മതിച്ചിരുന്നില്ല.

ആയിടക്കു ഒരു പാട് വാഗ്വാദങ്ങൾക്ക് ശേഷം എന്റെ സഹോദ രൻ ഒരു ചെടി തരപ്പെടുത്തിയെടുത്തു. ചെടിയെന്നു പറയാൻ സാധി ക്കില്ല, ഒരിലയിൽ നിന്നാണ് അത് അതിന്റെ ജീവിതം തുടങ്ങുന്നത്. വളരെ അപൂർവമായ ഒരു സസ്യം.അച്ഛൻ ഉമ്മറത്ത് നിന്ന് അതിനെ വളരെ പരുക്കമായി നോക്കി നിന്നു.

ഞാനന്ന് സ്കൂളിൽ പഠിക്കുന്ന കാലമായിരുന്നു. എന്റെ സഹോദ രൻ ആ ചെടി നട്ടു കഴിയുമ്പോഴേക്കും പിടഞ്ഞു വീണു മരിക്കു മെന്ന് ഭയന്നു വേഗത്തിൽ മിടിച്ചു കൊണ്ടിരിക്കുന്ന ഹൃദയത്തെ കടി ഞ്ഞാണിടാൻ ശ്രമിച്ചു കൊണ്ടിരുന്നു. അവൻ വലിയൊരു ചെടിച്ചട്ടി യെടുത്ത് ആ ഇലക്കൊരു ആവാസ വ്യവസ്ഥ ഒരുക്കി. എന്നിട്ട് സമൃ ദ്ധിയായി വെള്ളവും ഒഴിച്ച് കൊടുത്ത് ഒരു ധീര സഖാവിനെ പോലെ നടു നിവർത്തി അച്ഛനെ നോക്കി.

അന്ധവിശ്വാസങ്ങളെ പൊളിച്ചെഴുതിയ മകനെ അച്ഛൻ ഒരു ജന്മി യെന്ന ഭാവേന നോക്കി നിന്നു. ശിരസ്സ് പൊട്ടിത്തെറിക്കാതെയും രൂപ മാറ്റം സംഭവിക്കാതെയും അവൻ ഒരു ചക്രവർത്തിയെപ്പോലെ അക ത്തേക്ക്.

പതിയെ എല്ലാവരും ആ ധീരശ്രമത്തെ മറന്നു തുടങ്ങി. ആ ഒരില യിൽ നിന്നും ഇലകൾ പലതും മുളച്ചു. ക്രമേണ ഓരോ ഇലകളായി പല ചെടിച്ചട്ടികളിലേക്ക് അവ മാറ്റപ്പെട്ടു. അങ്ങനെ നാളുകൾ കഴിയ വേ എല്ലാ ഇലകളും കൂടെ ഒരുമിച്ചു മൊട്ടിട്ടു. വെള്ളയിൽ അവിടവി ടെ ചുവപ്പ് നിറത്തിൽ നേർത്ത വരകളുമായി ഒരു പാട് മൊട്ടുകൾ. അച്ഛൻ പതിയെ അതിന്റെ ഉത്തരവാദിത്വം ഏറ്റെടുത്തു. മൊട്ടുകൾ വലുതായി പക്ഷെ എന്ന് വിരിയും എന്നത് ഒരു വല്ലാത്ത അസ്വസ്ഥത

പടർത്തി എല്ലാവരിലും.

അന്ന് ഗൂഗിളും യൂട്യൂബും എത്തിനോക്കാത്ത ഒരു കാലം. അച്ഛൻ എവിടെ നിന്നൊക്കയോ അവയുടെ ചിത്രങ്ങൾ ശേഖരിച്ചു.അങ്ങനെ ഒരുപാട് മൊട്ടുകൾ വിരിയാനായി ഒരുങ്ങിനില്ക്കുന്നത് നാട്ടിലാകെ ഒരു കൗതുകമായി. സ്കൂൾ വിട്ടു കുട്ടികൾ അത് വഴിയെ പോവു മ്പോൾ പറിച്ചെടുക്കാതിരിക്കാനായി അച്ഛൻ വൈകുന്നേരങ്ങളിൽ അ വയ്ക്ക് കാവൽ നിന്നു. അച്ഛന്റെ ഈ വക ഉത്സാഹങ്ങൾ കണ്ടു അമ്മ പതിവ് പോലെ മൂക്കത്ത് വിരൽ വെച്ചു. കണക്കു കൂട്ടലുകൾ പ്രകാ രം ആ ദിവസം പ്രവചിക്കപ്പെട്ടു.

രാത്രി പത്തു കഴിയുമ്പോഴേക്കും മൊട്ടുകൾ ചെറുതായി അന ങ്ങാൻ തുടങ്ങും. പിന്നെ ഘട്ടം ഘട്ടമായി ഓരോ ഇതളുകളായി അവ യെല്ലാം പൂർണ്ണമായി രാത്രി കൃത്യം പന്ത്രണ്ടു മണിക്ക് വിരിയും.അച്ഛ ന്റെ എഴുത്തുകാരനായ ഒരു സുഹൃത്തും അദ്ദേഹത്തിന്റെ രണ്ടു ചെറി യ മക്കളും ആ മനോഹര നിമിഷത്തിനു സാക്ഷ്യം വഹിക്കാനെത്തി.

പകലു മുഴുവൻ പണികളുമായി ഓടി നടന്ന അമ്മ ക്ഷീണം കാര ണം ഉറങ്ങാൻ പോയി. ആ പോക്ക് കണ്ടപ്പോൾ അച്ഛൻ പതിവുപോ

ലെ "സൗന്ദര്യബോധമില്ലാത്തവൾ" എന്ന് കുറ്റപ്പെടുത്തി. സ്വതവേ അല്പം സാഹിത്യം തലയ്ക്കു പിടിച്ചത് കൊണ്ട് അച്ഛനത് സഹിക്കാൻ വയ്യായിരുന്നു. അമ്മയുടെ കയ്യിലും ഉണ്ടായിരുന്നു മറുപടി. "പിള്ളേർക്ക് നാളെ നിശാഗന്ധി പൊതിഞ്ഞു കൊടുത്തയക്കാൻ പറ്റില്ലല്ലോ". അതോടെ അച്ഛൻ നിശബ്ദൻ!

അന്നൊന്നും പരീക്ഷക്കാലത്തല്ലാതെ ഉറക്കമിളക്കുക ഒരു ശീലമല്ലായിരുന്നു. പുലർച്ചെ എഴുന്നേറ്റു പഠിക്കുക എന്നതായിരുന്നു അമ്മയുടെ നിയമം. അങ്ങനെ ഉമ്മറത്തേക്ക് കയറ്റിവെച്ച പൂച്ചട്ടികൾക്ക് തലങ്ങും വിലങ്ങുമായി എല്ലാവരും കാവലിരുന്നു. അച്ഛന്റെ സുഹൃത്തിന്റെ കുട്ടികളുടെ ഓരോ ചോദ്യങ്ങൾക്കും എന്തൊക്കയോ ഉത്തരങ്ങൾ പറഞ്ഞു ഞാനും ക്ഷീണിച്ചു കൊണ്ടിരുന്നു.അല്പം കഴിഞ്ഞപ്പോൾ അവരുറങ്ങി.

അച്ഛനും സുഹൃത്തും കവികൾ പറഞ്ഞ വിവിധ പുഷ്പങ്ങളെ ക്കുറിച്ച് ചർച്ചകൾ തുടർന്നു.ഏകദേശം പതിനൊന്നര ആയതോട് കൂടി ഓരോ ദളങ്ങളും വിടരാൻ തുടങ്ങി.കൂമ്പിയ മൊട്ടിന്റെ അറ്റം പതിയെ വിരിഞ്ഞു തുടങ്ങി. പരാഗരേണുക്കൾ അടങ്ങിയ ഉൾഭാഗം പതിയെ കാണാൻ തുടങ്ങി. ഓരോ ദളങ്ങളും വിട്ടു പോരുന്നതിന്റെ നേരിയ ശീൽക്കാരം കേട്ടെന്നും കേട്ടില്ലെന്നും തർക്കമായി.

പണ്ടേതോ ഒരു സംഗീതജ്ഞൻ താമര ദളങ്ങൾ വിരിയുന്നതിന്റെ നേർത്ത ശബ്ദം തന്റെ സംഗീതത്തിൽ ചേർത്തിരുന്നത്രേ.അവരുടെ ചർച്ചകൾ കാതിൽ പതിയെ ദൂരം കൂടി കൂടി വരുന്നത് പോലെ. എന്റെ കണ്ണുകളും എപ്പോഴോ അടഞ്ഞു പോയി.അമ്മയുടെ ഉറക്കനെ യുള്ള ആക്രോശങ്ങൾ കേട്ടാണ് ഞാൻ ഞെട്ടിയുണർന്നത്. നേരം വെളുത്തു തുടങ്ങിയിരിക്കുന്നു. അച്ഛനടക്കം കാഴ്ചക്കാരെല്ലാവരും ഉമ്മറത്ത് തന്നെ ഉറങ്ങിക്കിടന്നു. അതിന്റെ നടുക്ക് നിന്നാണ് അമ്മ യുടെ അലറൽ.എല്ലാവരും ചാടി എഴുന്നേറ്റു.

അമ്മയെ ദേഷ്യം പിടിപ്പിച്ചത് മറ്റൊന്നുമല്ല, 'നേരം വെളുക്കുന്നത് വരെ എന്റെ വീടിന്റെ വാതിലുകൾ തുറന്നു തന്നെ കിടന്നിരുന്നു'. ആ പരിസരത്ത് എത്തി നോക്കുക പോലും ചെയ്യാതിരുന്ന ഏതോ കള്ളന്റെ പേരിൽ എല്ലാവർക്കും ഒരു ചിലവുമില്ലാതെ മതിയാവോളം ചീത്ത! അമ്മയെ വക വെക്കാതെ എല്ലാവരും കണ്ണും മിഴിച്ചും ചെടി ച്ചട്ടിയിലേക്ക്. എല്ലാ പുഷ്പങ്ങളും തല കുനിച്ചു കൂമ്പിപ്പോയിരുന്നു. ഇങ്ങനെയും ഒരു ചതി!

ബാക്കി വിരിഞ്ഞത് നേരം വെളുത്തിട്ടു കാണാം എന്നിട്ട് കൂട്ടു കാർക്കിടയിൽ ഒരു പത്തു മിനിറ്റ് അല്പം പൊടിപ്പും തൊങ്ങലും

കൂട്ടിച്ചേർത്തു പറയാം എന്ന് കരുതിയ എന്റെ പ്രതീക്ഷ തീർന്നു. അതിലൊരു കവിത സ്വപ്നം കണ്ട അച്ഛന്റെ മുഖത്തും വിഷാദം. ഉറ ക്കച്ചെടവുള്ള കുട്ടികളെയും വാരിയെടുത്ത് സുഹൃത്തും പടിയിറങ്ങി.

അമ്മ ഇതിലൊന്നും ശ്രദ്ധിക്കാതെ അതിനോടകം എല്ലാ ചട്ടിക ളും നിലത്തിറക്കി വെച്ച് അവിടെയെല്ലാം വൃത്തിയാക്കാൻ തുടങ്ങി യിരുന്നു. പിന്നീടു പലപ്പോഴും നിശാഗന്ധികൾ വിരിഞ്ഞിട്ടുണ്ട്.പക്ഷെ, ആ കാത്തിരിപ്പിന്റെ സുഖം ജീവിതത്തിലൊരിക്കലും പിന്നീടു അനു ഭവിച്ചിട്ടേയില്ല.അതൊരു ഓർമ്മ തന്നെയാണ്.

അച്ഛൻ പിന്നീട് രാത്രികാലങ്ങളിൽ വിരിയുന്ന കുറെ ചെടികളെ വീട്ടിലേക്ക് കൊണ്ട് വന്നു. അങ്ങനെ സർപ്പഗന്ധികളും പാരിജാത ങ്ങളും എന്റെ വീടിന്റെ പരിസരത്ത് നിലയുറപ്പിച്ചു. ഇപ്പോഴും ഇടയ് ക്കിടെ ഞങ്ങളെല്ലാവരും അതോർത്തു ഉറക്കനെ പൊട്ടിച്ചിരിക്കാറു ണ്ട്. ഓർമ്മകൾ വളരെ ജീവസ്സുറ്റവയാണ്, എല്ലാവർക്കും.

ബാല്യത്തിന്റെ മണം

നൊസ്റ്റാൾജിയ അഥവാ ഗൃഹാതുരത്വം എന്നത് ഉപയോഗിച്ച് തേഞ്ഞു പോയ ഒരു വാക്കാണ് നമ്മളിൽ പലർക്കും. എനിക്കതു ഇട യ്ക്കിടയ്ക്ക് ഇങ്ങനെ ഒരു നെടുവീർപ്പായും,തൊണ്ടയിൽ തടയുന്നൊ രു ചെറു തേങ്ങലായും പ്രത്യക്ഷപ്പെട്ടു കൊണ്ടിരിക്കും. പ്രത്യേകിച്ച് നാട്ടിൽ പോയി മടങ്ങുമ്പോൾ. അത് മറികടക്കാൻ കിണറ്റിൽ നിന്ന് കോരിയെടുത്ത ഒരു കുപ്പി വെള്ളമോ, തൊടിയിൽ നിന്നും പറിച്ചെടു ത്ത കുറച്ചു വഴനയിലകളോ, വാഴയിലത്തുണ്ടുകളോ, കുറച്ചു കാന്താ രി മുളകുകളോ,ചേമ്പോ, കാച്ചിലോ, ചക്കക്കുരുവോ...

ഒക്കെയായി പൊതിഞ്ഞെടുത്തു ഞാനെന്റെ ഓർമ്മകളുടെ ചില നുറുങ്ങുകളെ കൂടെക്കൂട്ടുന്നു. ഇതൊക്കെ കൂടി ചേർന്നതായിരുന്നു എന്റെ ലോകം. ഇതൊക്കെ തന്നെയായിരുന്നു എന്റെ ലോകം. തിരി ച്ചെടുക്കാൻ കഴിയാത്തത്. പിന്തിരിഞ്ഞു നോക്കാൻ മാത്രം കഴിയു ന്നത്.

ഇന്ന് വഴനയിലകളെടുത്തു പിള്ളേർക്കായി തെരളി ഉണ്ടാക്കി കൊ ണ്ടിരുന്നപ്പോൾ ഗൃഹാതുരതയുടെ ഒരു കടലാണ് ഉള്ളിലിളകിയത്. വഴനയിലകളിൽ ആവി കയറുമ്പോൾ ഒരു മണമുണ്ട്. എന്റെ ബാല്യ ത്തിന്റെ മണമാണ് അതിന്.എത്രയോ വൈകുന്നേരങ്ങളിൽ സ്ക്കൂൾ വിട്ടു വരുമ്പോൾ എന്നെ സ്വാഗതം ചെയ്തിട്ടുള്ള മണമാണത്. ഇത് മാത്രമല്ല ഇലയടയും, കൊഴുക്കട്ടയും, പരിപ്പ് വടയും, ഓട്ടടയും അങ്ങ നെ എത്ര എത്ര പലഹാരങ്ങൾ. ഓരോ ദിവസവും ഇതിൽ ഏതെങ്കി ലുമൊന്നൊരുക്കി വെച്ച് കാത്തിരിക്കുന്ന അമ്പോറ്റിയമ്മയും.പണം കൊടുത്തു സന്തോഷവും, സ്വാദും ഒന്നും വാങ്ങാൻ കിട്ടാതിരുന്ന ഒരു കാലം..

കാലമെത്ര മാറിപ്പോയി. വയ്യായ്കകളുടെ ലോകത്തിലേക്ക് നട ന്ന് പാക്കി എത്ര മാറിപ്പോയിരുന്നു. പണ്ട് വിശ്രമം എന്തെന്നറിയാത്ത ആ കൈകൾ ഇന്ന് മെലിഞ്ഞു രണ്ടു കമ്പുകൾ പോലെ എന്റെ കണ്മു ന്നിൽ ഞാൻ കണ്ടു. കുട്ടിക്കാലത്തു അത്രമേൽ ഞങ്ങളെ ചേർത്ത്

പിടിച്ചിരുന്ന രണ്ടു കൈകളാണത്.ഇപ്പോൾ ഇടയ്ക്കിടെ സോഡിയം കുറഞ്ഞു ക്ഷീണിച്ചു കണ്ണ് തുറക്കാതെ പാക്കി കിടക്കുന്നതു കണ്ട പ്പോൾ ഉള്ളിൽ ഒരാന്തൽ അനുഭവിച്ചു.പിന്നീട് വീണ്ടും കണ്ണ് തുറ ന്നു പഴയതു പോലെ സംസാരിച്ചപ്പോൾ ആശ്വാസം..അത്രമേൽ കഥ കൾ പറഞ്ഞു, ഞങ്ങളെ ഊട്ടി വളർത്തി വലുതാക്കിയ ദേഹമാണത്.

പഴയതു പോലെ നടക്കാൻ, ജോലികൾ ചെയ്യാൻ കഴിയാത്തതി ന്റെ സങ്കടമായിരുന്നു പാക്കിയിൽ അത്രയും നിറഞ്ഞു നിൽക്കുന്നത്. പ്രായത്തിനു ശരീരത്തിനെയെ തോൽപ്പിക്കാനാവു മനസ്സിങ്ങനെ കുതി ച്ചു കൊണ്ടിരിക്കാൻ വെമ്പും എന്ന് തോന്നി.

ഞാൻ അവിടെ ചെന്ന ദിവസം നല്ല ഓർമ്മയിൽ കുറെ സംസാരി ച്ചു പാക്കി. ഇവൾക്ക് കഴിക്കാൻ എന്താണ് കൊടുക്കുന്നതെന്ന് അമ്മ യോട് ചോദിച്ചു. ചില മനുഷ്യർ അങ്ങനെയാണ്. അവർ എത്ര വയ്യാ തെ കിടക്കുമ്പോഴും അവർക്കു പ്രിയപ്പെട്ടവരെ കെയർ ചെയ്തു കൊണ്ടേയിരിക്കും. അതിന്റെ പകുതി പോലും തിരിച്ചു കൊടുക്കാ നാവാതെ, ഉള്ളിൽ വിങ്ങി ദൂരെയിരിക്കാനേ കാലം അപ്പോൾ നമ്മളെ അനുവദിക്കുകയയുള്ളു. എന്ത് ചെയ്യാൻ. ചിലപ്പോൾ അവർ ഉണ്ടാക്കി തന്നിരുന്ന വിഭവങ്ങളൊക്കെ മക്കൾക്ക് ഉണ്ടാക്കി കൊടുത്തു കൊണ്ട് ആ സങ്കടങ്ങളൊക്കെ മറികടക്കാൻ ചിലർ ശ്രമിച്ചു കൊണ്ടിരിക്കും എന്നെപോലെ.പലപ്പോഴും കഴിയില്ലെങ്കിലും ആ പാഴ്ശ്രമത്തിനും അതിന്റേതായ ഒരു സുഖമുണ്ട്.

ചക്കപുരാണം

പ്രവാസ ജീവിതത്തിൽ ചക്കയുടെ സീസൺ തുടങ്ങിയാൽ നാട്ടി
ൽ പോകാൻ വല്ലാത്തൊരു കൊതിയാണ്. പണ്ടേ ചക്ക എന്റെ ഒരു
വീക്ക്നെസ് ആയിപോയി. കഴിഞ്ഞ ദിവസം നാട്ടിൽ വിളിച്ചപ്പോൾ
അമ്മയോട് ഇപ്പോ ചക്കയുണ്ടോ എന്നു ചോദിച്ചു, ഇപ്പോ കൊറോണ
കാരണം ചക്ക വിഭവങ്ങൾ ആണ് അമ്മാളുവേ പ്രധാനം എന്ന് അമ്മ
പറഞ്ഞ നിമിഷം മുതൽ എന്റെ ഓർമ്മകൾ ഒന്നു തിരിഞ്ഞു നടന്നു
തുടങ്ങിയതാണ്. എനിക്കിപ്പോ ചക്ക തിന്നണം, തിന്നാനോ യോഗം
ഇല്ല, ഓർമ്മകളെ എഴുതി എങ്കിലും ഒന്നു സമാധാനിക്കട്ടെ ഈ പാവം
ഞാൻ..

പണ്ട് എന്റെ അമ്മ വീട്ടിൽ ചക്ക വെട്ടാൻ തുടങ്ങിയാൽ തൊഴു
ത്തിൽ പശുക്കൾ കൊതികൊണ്ട് വിളറിപിടിച്ച് അമറുന്നത് ഓർമ്മവ
രുന്നു. ചക്കയുടെ മടലും കൊണ്ട് അവയുടെ അടുത്തെത്തുമ്പോൾ
വായിൽനിന്നും വെള്ളമൂറ്റിക്കൊണ്ട് തല അങ്ങോട്ടുമിങ്ങോട്ടുമാട്ടിക്കൊ
ണ്ടുള്ള അവയുടെ അക്ഷമ ഒന്നു കാണേണ്ടതാണ്.

അമ്മ വീട്ടിൽ മുറ്റത്തെ പ്ലാവിൽ നിറയെ ചക്കകൾ ഉണ്ടായിരിക്കു
ന്നു. മൂത്തു തുടങ്ങിയാൽ ഇടിച്ചക്കത്തോരനായിരുന്നു പ്രധാന കറി.
എത്ര സ്വാദിഷ്ടമാണു ഇടിച്ചക്കത്തോരൻ. ചക്ക മൂപ്പെത്തുന്നതിനു മുൻ
പു തന്നെ പറിച്ച് മുള്ളു കളഞ്ഞു ചെറിയ കഷണങ്ങളാക്കി അല്പം
ഉപ്പും മഞ്ഞളും ചേർത്തു വേവിച്ചെടുക്കും. എന്നിട്ട് അമ്മിക്കല്ലിൽ വ
ച്ച് ഒന്നു ചതച്ചെടുത്ത് അതു തോരനാക്കിയാൽ ചോറിനു വേറൊ
ന്നും വേണ്ട.

ചക്കകൾ മൂപ്പെത്തിത്തുടങ്ങിയാൽ പണ്ടൊക്കെ ഞങ്ങളുടെ വീട്ടി
ലെ ഭക്ഷണക്രമത്തിൽ ചക്കക്കും, ചക്കവിഭവങ്ങൾക്കും ഒരു പ്രധാന
സ്ഥാനമാണു ഉണ്ടായിരുന്നത്. ചക്കപ്പുഴുക്കിനൊക്കെ ഒരു പ്രത്യേക
രുചി ആയിരുന്നു. അമ്മവീട്ടിൽ പാക്കി ഒരു മണി ആകുമ്പോളേക്ക്
പണിസ്ഥലത്തേക്ക് ചോറ്, കറികൾ, കഞ്ഞിവെള്ളം തുടങ്ങിയവ
എത്തിക്കും.വീണ്ടും തിരിച്ചു പോയി വൈകിട്ടത്തേക്കു പുഴുക്ക് ഉണ്ടാ
ക്കുന്നതിനായി കപ്പയോ, ചക്കയോ, കാച്ചിലോ ശരിയാക്കും. ഉച്ചയാ

കുമ്പോളേക്കും പാക്കിയുടെ വരവ് നോക്കിയിരിക്കുന്നത് ആക്രാന്ത ത്തോടെയായിയിരിക്കും! അന്നു കഴിച്ച ചക്കപ്പുഴുക്കിനൊക്കെ എന്തു രുചിയായിരുന്നു. അല്ലെങ്കിലും വിശപ്പു കൂടുമ്പോൾ ഭക്ഷണത്തിനൊ ക്കെ സ്വാദ് കൂടും എന്ന സത്യം ആരും പറയാതെ തന്നെ എനിക്കു മനസ്സിലായിരുന്നു.

അന്നൊക്കെ പാക്കിയമ്മ മഴക്കാലത്തേക്കുള്ള കരുതൽ എന്ന നില യിൽ ചക്ക വിഭവങ്ങൾ കരുതി വെയ്ക്കുമായിരുന്നു. ഇങ്ങനെ കരു തി വെയ്ക്കുന്ന ആഹാര സാധനങ്ങൾ കഴിച്ച് മഴക്കാലം ചെലവഴിച്ച എത്രയോ ദിനങ്ങൾ എന്റെ ഓർമ്മയിൽ ഇന്നും.

എന്തൊരു നശിച്ച മഴ? മനുഷ്യനെ ഒന്നു പുറത്തിറങ്ങാൻ കൂടി സമ്മതിക്കില്ല എന്ന് മഴയോടു പരാതി പറഞ്ഞാലും ആ മഴക്കാല ങ്ങൾ സുന്ദരമായിരുന്നു.

പഴയ മഴക്കാല വിഭവങ്ങളിൽ ഏറ്റവും ഇഷ്ടം ചക്ക വരട്ടിയതാണ്. കള്ളക്കർക്കടകത്തിലെ മഴ പെയ്യുന്ന വൈകുന്നേരങ്ങളിൽ കഴിച്ചിരു ന്ന ചക്കവരട്ടിയതിന്റെ രുചിയും മധുരവും ഇന്നും നാവിലുണ്ട്. നല്ല തു പോലെ പഴുത്ത വരിക്കച്ചക്കയുടെ ചുള വളരെ ചെറുതായി കൊത്തിയരിഞ്ഞ് ഓട്ടുരുളിയിലിട്ട് അല്പം വെള്ളവും ഒഴിച്ച് അടുപ്പ ത്തു വെയ്ക്കും. ചക്കപ്പഴം നന്നായി വെന്തു കഴിയുമ്പോൾ ആവശ്യ ത്തിനു ശർക്കര ചേർത്ത് നന്നായി ഇളക്കണം. ശർക്കരയും, ചുളയും കൂടെ കുഴമ്പു പരുവത്തിലാകുമ്പോൾ പാകത്തിനു പശുവിൻ നെയ്യും ചേർത്ത് ഇളക്കിയിളക്കി വെള്ളമയം തീർത്തും മാറ്റണം.അവസാനം പാത്രത്തിൽ നിന്നും വിട്ടു പോരുന്ന പരുവമാകുമ്പോൾ ഇറക്കി വെച്ച് തണുത്തതിനു ശേഷം ഭരണിയിലാക്കി അടച്ചു മൂടിക്കെട്ടി വെയ്ക്കും. ഈ ചക്ക വരട്ടിയതു കൊണ്ട് ചക്കയട,ചക്കപ്രഥമൻ തുടങ്ങിയവയു ണ്ടാക്കും. ഇല്ലെങ്കിൽ കാപ്പിയോടൊപ്പം ഇതു മാത്രമായും തിന്നും. മഴക്കാലത്ത് ആനയെ തിന്നാനുള്ള വിശപ്പായിരിക്കുമല്ലോ, അപ്പോ ളൊക്കെ ഇതൊക്കെയാണു ആകെ ഒരു ആശ്വാസം. പ്രവാസം തുട ങ്ങിയപ്പോൾ അമ്മ ഭരണിയിലാക്കി ചക്ക വരട്ടിയത് തന്നു വിടും ഇപ്പോ ളും. കൊറോണ വന്നകാരണം എനിക്കതും നഷ്ടമായി.

ചക്ക ഉണക്കി സൂക്ഷിക്കുന്ന വിദ്യയും പാക്കിയമ്മ ഇടക്ക് ചെയ്യു ന്നത് കണ്ടിട്ടുണ്ട്. കുഴച്ചക്കയുടെ ചുള പുഴുങ്ങിയെടുത്ത് വെയില ത്തുണക്കി സൂക്ഷിക്കാറുണ്ട്. ഉണക്കിയ ചക്ക വെള്ളത്തിലിട്ടു കുതിർ ത്ത് കറിക്കു ഉപയോഗിക്കും. അല്ലെങ്കിൽ അവിയലിൽ ചേർക്കും. അതു മല്ലെങ്കിൽ ഉപ്പേരി വറക്കാനും ഉപയോഗിക്കാറുണ്ട്.

'വെടിക്കുരു' എന്ന അപരനാമധേയത്തിൽ അറിയപ്പെടുന്ന ചക്ക ക്കുരുവും പാക്കിസ് മണ്ണിനടിയിൽ പ്ലാസ്റ്റിക് കവറിലാക്കി കുഴിച്ചു സൂക്ഷിച്ചു വെക്കും. പാട കളഞ്ഞു ഉണക്കിയാണു ചക്കക്കുരു സൂക്ഷി ക്കുന്നത്. പാട ഉണ്ടെങ്കിൽ ചക്കക്കുരു പെട്ടെന്ന് ചീഞ്ഞു പോകും! ഇങ്ങനെ സൂക്ഷിച്ചു വെയ്ക്കുന്ന ചക്കക്കുരു മഴക്കാലത്ത് ഉപയോ ഗിക്കും. ചക്കക്കുരു കൊണ്ട് തോരനും മെഴുക്കുപുരട്ടിയും ഒക്കെ ഉണ്ടാ ക്കി തരും പാക്കിയമ്മ.

ഇപ്പോൾ ഈ പ്രവാസജീവിതത്തിൽ എനിക്ക് ഈ രുചികളൊക്കെ നഷ്ടമായിക്കൊണ്ടിരിക്കുന്നു. ചക്ക വിഭവങ്ങളാക്കാൻ ഇന്നു സമയം ഇല്ല. എല്ലാം റെഡി മെയ്ഡ് ആയി മാർക്കറ്റിൽ കിട്ടും. പിന്നെ എന്തിനു മെനക്കെടണം എന്നാണു ഞാൻ ഉൾപ്പെടെയുള്ള വീട്ടമ്മമാരുടെ ചിന്ത. അവരെ കുറ്റം പറയാനും പറ്റില്ല.ഓഫീസ് ജോലികളും വീട്ടുജോലി ക്കുമിടയിൽ ഈ രുചികളൊക്കെ പൈസ കൊടുത്ത് വാങ്ങിക്കഴിക്കാ നേ നമുക്കൊക്കെ പറ്റൂ. നാല് ചക്കച്ചുള പൊന്നുംവില കൊടുത്തു വാങ്ങാറുണ്ട് ഞാൻ കൊതി കാരണം.

എന്ന് മാത്രമോ പണ്ടൊക്കെ നമ്മുടെ പറമ്പിൽ എത്ര ഫലവൃക്ഷ ങ്ങൾ ആയിരുന്നു. ഇന്നു ഇത്തിരി ഭൂമിയിൽ മരങ്ങളുടെ എണ്ണവും കുറഞ്ഞു വരുന്നു. ഫാസ്റ്റ്ഫുഡ്ഡും പിന്നെ ഒരു നൂറു കൂട്ടം രുചികളും നമ്മെ ഭരിക്കുമ്പോൾ ആ പഴയ നല്ല സ്വാദ് നമ്മൾ മറന്നതിൽ വലിയ അത്ഭുതം ഒന്നും ഇല്ല.

ബാല്യമേ

വൈകുന്നേരം വെയിൽ താഴ്ന്നപ്പോൾ ഞാൻ പതുക്കെ എന്റെ തറവാട്ടിലേക്ക് നടന്നു. അകത്തേക്ക് കയറി ചെല്ലുമ്പോൾ ഞാൻ കേൾ ക്കുന്നത് ഞങ്ങളുടെ ചെറിയച്ഛന്റെ മോൻ എന്റെ ചെറിയ അനിയൻ അവന്റെ അമ്മയോട് പരാതി പറയുന്നതാണ്.

'എന്താമ്മേ, ഞാൻ എങ്ങടെങ്കിലും പോട്ടെ? ഇവിടിരുന്നു ബോറ ടിക്കണു.' വേനലവധിക്ക് സ്കൂൾ അടച്ചതിനു ശേഷം അവന്റെ സ്ഥിരം പരിഭവമാണിത്. ടിവിയാണ് ലോകമെന്നു കരുതുന്ന പുതുതലമുറ യിൽപ്പെട്ട ഇവൻ മറ്റു വീടുകളിൽ പോവുന്നതും ഇവിടെ തന്നെ നില്ക്കുന്നതും തമ്മിൽ എന്ത് വ്യത്യാസമാണുള്ളത് എന്ന് ഞാൻ അത്ഭുതപ്പെട്ടു. 'അല്ല! അവടെ പോയാലും ടിവിയും കമ്പ്യൂട്ടറും ത ന്നെ അല്ലെ കളിക്കാനുള്ളത്?' ഞാൻ ചോദിച്ചു.

'അല്ലാതെ പിന്നെ വേറെ എന്താ ഉള്ളത്?' അനിയന്റെ ചോദ്യം എന്നെ പിടിച്ചിരുത്തി. എന്റെ കുട്ടിക്കാലത്തൊക്കെ രണ്ടു മാസം തീരു ന്നത് ഞങ്ങൾ അറിയാറില്ല. ടിവി എന്നാൽ ദൂരദർശൻ ആയിരുന്നു ഞങ്ങൾ കുട്ടികൾക്ക്. അത് കൊണ്ട് തന്നെ മണിക്കൂറുകളോളം ആ പെട്ടിയുടെ മുൻപിൽ ചിലവിടാൻ ഞങ്ങൾ ഒരുക്കമല്ലായിരുന്നു.

ഞാനുമെന്റെ അനിയനും അച്ഛന്റെ അനിയന്മാരുടെയും സഹോദ രിമാരുടെയും മക്കളുമെല്ലാം സ്കൂൾ അടച്ചു കഴിഞ്ഞാൽ തറവാട്ടി ലെത്തും. സമപ്രായക്കാരായ പത്തു സഹോദരർ ഉണ്ടെനിക്ക്. എല്ലാ വരും കൂടി കഴിഞ്ഞാൽ ഉത്സവം തന്നെയാണ്. ഞങ്ങൾ കുട്ടികളെ അടക്കി നിർത്താൻ അമ്മമാർ കുറച്ചൊന്നുമല്ല ഈ മാസങ്ങളിൽ കഷ്ട പ്പെടാറുള്ളത്.

വെക്കേഷനാണെന്ന് കരുതി രാവിലെ പത്തു മണി വരെ ഉറങ്ങാ നൊന്നും കഴിയാറില്ല. അമ്പലത്തിൽ പാട്ട് വെക്കുമ്പോഴേക്കും, അതാ യത് ഒരു അഞ്ച് മണി ആയാൽ ഞങ്ങൾ ഉണരും. നേരെ മാവിന്റെ ചുവട്ടിലേക്ക്! കയ്യിൽ ചെറിയ പാത്രങ്ങളുമായി എല്ലാ മാവിന്റെയും ചുവട്ടിൽ പോയി മാങ്ങ പെറുക്കി തിരിച്ചെത്തുമ്പോഴേക്കും നേരം

വെളുക്കും. ചില ദിവസങ്ങളിൽ പാത്രം നിറയെ മാങ്ങകളുമായി വരും, മറ്റു ചിലപ്പോൾ പേരിനു പോലും ഒന്നും കിട്ടാറില്ല.

മാങ്ങയെല്ലാം ഒരു പത്രക്കടലാസ്സിൽ നിരത്തി വച്ച് നേരെ പല്ലു തേയ്ക്കാൻ പോകും. അവിടെ മുത്തശ്ശി ഉമിക്കരി തയ്യാറാക്കി വച്ചിട്ടു ണ്ടാവും. ഉമി കരിച്ചോ മറ്റോ ആണ് ഈ പൊടി ഉണ്ടാക്കുന്നത്. ക്ലോസ പ്പിന്റെ മധുരമോർത്തു ഞങ്ങൾ പേസ്റ്റ് എടുക്കാൻ നോക്കിയാൽ മുത്ത ശ്ശി ശാസിക്കും, 'നല്ല വെളുത്ത പല്ല് വരണെങ്കി ഉമുക്കരിയോണ്ട് തേക്ക ണം!'... അല്ല, അപ്പൊ പരസ്യത്തിൽ പറയുന്നതോ? ഇങ്ങനെ മനസ്സി ലോർക്കുമെങ്കിലും ചോദിക്കാറില്ല.

പല്ല് തേപ്പു കഴിഞ്ഞു നേരെ കുളത്തിലേക്ക് പോവണം! കുളിച്ചു ഈറനോടെ അമ്പലദർശനവും കഴിഞ്ഞു അവിടെ നിന്നുള്ള തീർ ത്ഥവും സേവിച്ചാലെ പ്രഭാതഭക്ഷണം ലഭിക്കു. ക്ഷേത്രത്തിൽ നിന്ന് തിരിച്ചെത്തി വേഷം മാറി തീൻമേശക്കു മുൻപിൽ ഇരിക്കുമ്പോൾ ആവി പറക്കുന്ന ദോശയും ചട്നിയും കിട്ടും. ഒരു നിയന്ത്രണവുമില്ലാതെ മ ത്സരിച്ചു കഴിക്കുകയെന്നത് ഞങ്ങളുടെ പതിവാണ്.

ഭക്ഷണം കഴിഞ്ഞാൽ അൽപം ചർച്ചകൾ. അന്ന് എന്ത് കളിക്കണം, ബാലരമ/ബാലഭൂമി ആര് ആദ്യം വായിക്കണം തുടങ്ങിയ പ്രധാന പ്പെട്ട വിഷയങ്ങൾക്ക് അവിടെ വച്ച് തീരുമാനമെടുക്കും. ക്രിക്കറ്റ്, ഒളി ച്ചു കളി, 'ചൂടോ തണുപ്പോ' എന്നിങ്ങനെ പലവിധ കളികളിൽ ഉച്ച വരെ ഞങ്ങൾ ഏർപ്പെടും. അവിടെ സഹായത്തിനു വരുന്നവർ ഞങ്ങൾ ക്ക് 'കുട്ടിപ്പുര' ഉണ്ടാക്കി തന്നിരുന്നു. കഞ്ഞി വച്ചും മണ്ണപ്പം ചുട്ടും പൂക്കൾ കൊണ്ട് അലങ്കരിച്ചും ഞങ്ങൾ ആ പുരയെ ശരിക്കും ഒരു വീട് പോലെയാക്കും. അച്ഛനും അമ്മയും കുട്ടികളും, ടീച്ചറും കുട്ടിക ളുമെല്ലാമായി ഞങ്ങളവിടെ നിറഞ്ഞു നിൽക്കും.

കളിക്കിടയിൽ മാങ്ങ പെറുക്കാനും തിന്നാനുമായി ചെറിയ ഇട വേളകൾ ഉണ്ടാവാറുണ്ട്. ആ സമയത്ത് തൈര് കലക്കുന്ന മുത്തശ്ശി യുടെ അടുത്ത് ചെന്ന് ഒരു കഷ്ണം വെണ്ണ ഒപ്പിക്കാനും മറക്കാറില്ല. ഉച്ച വരെ നീളുന്ന ആദ്യത്തെ സെഷൻ കളികൾ 'ഊണായി' എന്ന വിളി കേൾക്കേണ്ട സമയം അവസാനിക്കും. നെയ്യ് കൂട്ടി ഉരുട്ടിയ ഒരു ഉരുള എല്ലാവരുടെയും കിണ്ണത്തിൽ ഉണ്ടാവും. അത് കഴിഞ്ഞാൽ അ ടുപ്പിലെ കനൽപ്പുറത്ത് വച്ച ഇരുമ്പ് ചീനച്ചട്ടിയിൽ ഉണ്ടാക്കിയ കായ ഉപ്പേരിയും ഏതെങ്കിലും ഒരു കൂട്ടാനും കൂട്ടി ചോറുണ്ണും. ചക്ക വറു ത്തതോ അമ്പലത്തിലെ പ്രസാദമായ പാൽ പായസമോ ചില ദിവസ ങ്ങളിൽ ഉണ്ടായേക്കും.

ഉച്ചഭക്ഷണം കഴിഞ്ഞാൽ വിശ്രമത്തിന്റെ സമയമാണ്. അകത്തു ഇരുന്നുള്ള കളികളാണ് വെയിലാറുന്നത് വരെ ഞങ്ങൾ കളിക്കുന്ന ത്. പോലീസും കള്ളനും, നൂറാം കോൽ എന്നൊക്കെ പേരുള്ള കളി കളായിരുന്നു ആ സമയത്തിനായി നീക്കി വച്ചത്. വൈകുന്നേരത്തെ ചായക്ക് അമ്മയും മറ്റുള്ളവരും ഒരു വലിയ പാത്രം നിറയെ ചക്കയും മാങ്ങയും മുറിച്ചു വച്ചാലും ഞങ്ങൾ അതെല്ലാം നിമിഷനേരം കൊ ണ്ട് കാലിയാക്കുമായിരുന്നു.

നാല് മണി കഴിഞ്ഞാൽ വീണ്ടും മുറ്റത്ത് കളിയ്ക്കാൻ ഇറങ്ങുക യായി. അത് കഴിഞ്ഞു കുളത്തിലേക്ക് ചാടും. നീന്തിയും വെള്ളം കുടിച്ചും മണിക്കൂറുകളോളം ഞങ്ങൾ കുളത്തിൽ അർമാദിക്കും. നീന്താൻ പഠിക്കുന്ന ചെറിയ കുട്ടികൾ തേങ്ങയും കയറും കൊണ്ടു ണ്ടാക്കിയ 'പേട്' എന്ന് പറഞ്ഞ സാധനത്തിനു മുകളിൽ പൊങ്ങിക്കി

ടന്നു കുളത്തിൽ തുഴയുന്നുണ്ടാവും.

വെള്ളത്തിലേക്ക് ഇറങ്ങിയ കുട്ടികളെ കയറ്റാൻ അമ്മമാർ പാടു പെടും. ഒടുവിൽ എല്ലാവരെയും അനുനയിപ്പിച്ചു വെള്ളത്തിൽ നിന്ന് കയറ്റി അകത്തേക്ക് വിടുമ്പോഴേക്കും നേരമേറെയാകും. അവിടെ നില ത്തു കിണ്ണങ്ങളിൽ ഞങ്ങൾക്കായുള്ള അത്താഴം നിരത്തി വച്ചിട്ടുണ്ടാ വും. ഭക്ഷണത്തിന് ശേഷം കയ്യുംകാലും കഴുകി വിളക്കിനു നാമം ചൊല്ലാനിരിക്കണം.

നാമം ജപിച്ചത്തിനു ശേഷം കുറച്ചു സമയം വായന, അന്താക്ഷരി എന്നിങ്ങനെ ചില പരിപാടികൾ കഴിയുമ്പോഴേക്കും ഉറക്കം വരും. അന്ന് ഞങ്ങൾ ഉറങ്ങുമ്പോഴേക്കും സമയം ഏതാണ്ട് എട്ട് മണിയൊ ക്കെയാവുള്ളൂ. ഇന്നത്തെ കുട്ടികൾക്ക് ഇതൊന്നും ആലോചിക്കാൻ പോലും വിഷമമാകും.

മാവുകൾ പൂത്തു കണ്ണിമാങ്ങയുണ്ടായി, മധുരമൂറുന്നവയായി മാറു ന്നതും കൊടും വേനലിൽ വെന്തുരുകി, പിന്നീട് പേടിപ്പിക്കുന്ന ഇടി യോടു കൂടിയ പുതുമഴ പെയ്യുന്നതിനുമെല്ലാം ഞാൻ എല്ലാ വർഷ വും സാക്ഷിയാകാറുണ്ട്. ഒടുവിൽ നിറം മങ്ങിയ പഴയ പുസ്തക ങ്ങൾ വലിച്ചെറിഞ്ഞു പുതിയവ വാങ്ങി അതിന്റെ ഗന്ധം ആസ്വദിച്ചു വേനലവധിക്ക് വിഷമത്തോടെ വിരമമിടുകയും ചെയ്യും.

വേനലവധിയെ ഓർമ്മിപ്പിച്ചു തറവാട്ടുമുറ്റത്ത് പൂക്കുന്ന കൊന്ന പ്പൂവിലും മെയ് ഫ്ളവറിലും എന്റെയും സഹോദരങ്ങളുടെയും ബാല്യ ത്തിന്റെ ഗന്ധമുണ്ട്. കച്ചവടക്കാർ മത്സരിച്ചു വില പറഞ്ഞു പറിച്ചെടു ത്തു കൊണ്ട് പോവുന്ന ചക്കയും മാങ്ങയും പഴയ കളിക്കൂട്ടുകാരായ ഞങ്ങളെ വിഷമത്തോടെ സ്മരിച്ചിരിക്കും.

ചെറിയമ്മയോടും അനിയനോടും യാത്ര പറഞ്ഞു വീട്ടിലേക്കു നട ക്കുമ്പോൾ ഞാൻ മുറ്റത്തേക്ക് തിരിഞ്ഞു നോക്കി. എന്താ എന്നെ പ്പോലെ നിങ്ങൾക്കും അവിടെനിന്ന് ഒരു കളിയാരവം കേൾക്കു ന്നുണ്ടോ?

മരുഭൂമിയിലെ കപ്പൽ

മരുഭൂമിയിലെ ഒട്ടകം ആളൊരു സംഭവമാ. നാട്ടിലെ ആനകളെന്ന പോലെ മണലാരണ്യത്തിലെ ഒരു കൗതുകം തന്നെയാണ് ഒട്ടകങ്ങൾ. കുട്ടിക്കാലത്ത് തേക്കടി കാട്ടിൽ നിന്നും രാത്രികളിൽ ആനകളുടെ ചിന്നം വിളി കേട്ട് ഭയന്നു തലവഴി പുതപ്പിട്ടു മൂടി പുലരും വരെ രാമ നാമം ജപിച്ചു കിടന്നിട്ടുണ്ട് ഞാൻ. രാത്രിയിൽ ആനകൾ കൂട്ടമായി പുറത്തിറങ്ങിയാൽ എന്തായിരിക്കും അവസ്ഥ!! പിന്നെ തട്ടിൻപുറങ്ങ ളുള്ള വീടുകൾ ആനക്ക് ഭയമാണെന്ന ഒരു കേട്ടറിവിൽ വിശ്വസിച്ചു ജീവിച്ചു പോന്ന ബാല്യം. അക്കാലത്ത് അമ്പലവുമായി ചേർത്ത് വായി ക്കുന്നതിനാൽ ആനകൾക്ക് ഒരു ദൈവികത കല്പിച്ചു കൊടുത്തിരു ന്നു. അതിന്റെ കൂറ്റൻ ശരീരവും, കൂർത്ത കൊമ്പും, പിന്നെ തൂണി നൊപ്പം പോന്ന കാലുകളും ഭയപ്പെടുത്തിയിരുന്നെങ്കിലും അറിയാ തെ ഒരിഷ്ടം ഉള്ളിന്റെ ഉള്ളിൽ കൊണ്ടുനടന്നിരുന്നു ഞാൻ. എന്നിരു ന്നാലും അമ്മയുടെ പിറകിൽ ഒളിച്ചു സാരിത്തലപ്പു കൊണ്ട് മുഖം മറച്ചു ഒളികണ്ണിട്ട് അവയെ നോക്കാനുള്ള ധൈര്യം മാത്രമേ അന്നു ണ്ടായിരുന്നുള്ളൂ. ഒരിക്കലെങ്കിലും അതിന്റെ പുറത്തു വലിഞ്ഞു കയ റണം എന്നൊരു 'അതിമോഹം' ഞാനെന്നും സൂക്ഷിച്ചിരുന്നു.

ഈ മണൽക്കാട്ടിൽ പക്ഷെ, ഒട്ടകങ്ങൾ ഭയപ്പെടുത്തുന്ന ഒന്നല്ല. നഗരവുമായി ബന്ധമില്ലാതെ മരുഭൂമിയിൽ ജീവിച്ചു തീർക്കുന്ന ഒരു കൂട്ടം മനുഷ്യരും പിന്നെ കുറെ ഒട്ടകങ്ങളും. ഒരു അവധിദിനം ആഘോ ഷിക്കാനായാണ് ഞങ്ങൾ മരുഭൂമിയിലെത്തിയത്. ഒട്ടും സുഖകരമ ല്ലാത്ത, കയറിയും ഇറങ്ങിയുമുള്ള ചെറിയ മണൽക്കുന്നുകളിലൂടെ ആടിയുല്ലഞ്ഞുള്ള നീണ്ട യാത്രക്ക് ശേഷം പച്ചപ്പിന്റെ ഒരു തരിമ്പു പോലുമില്ലാത്ത വിരസമായ ആ പ്രദേശത്തെത്തുമ്പോൾ തണുത്തു വിറങ്ങലിച്ച ഒരു തരം വരണ്ട കാറ്റ് വീശുന്നുണ്ടായിരുന്നു. എനിക്ക പ്പോൾ പഴയ ഒരു നാടക ഗാനം ആണ് ഓർമ്മ വന്നത്.

'തലയ്ക്കു മീതെ ശൂന്യാകാശം.. താഴെ മരുഭൂമി'

അത്രയും ഒട്ടകങ്ങളെ ഒരുമിച്ചു കണ്ടപ്പോൾ മനസ്സ് പെട്ടെന്ന് ബാല്യ

ത്തിലേക്ക് ചേക്കേറി.

ആറടിയോളം വലിപ്പം വരുന്ന വലുതും പിന്നെ ചെറുതുമായ കുറെ ഒട്ടകങ്ങൾ. അവയെ കൂടാതെ സൗദിയിൽ നിന്നും ഈജിപ്തിൽ നിന്നും ഇറക്കുമതി ചെയ്ത കുറെ ഇനങ്ങൾ. ഇവക്കെല്ലാം കാവലാ യി ഒരു കൂട്ടം പട്ടികൾ. അതിനിടയിൽ സ്വതന്ത്രമായി ഓടി നടക്കുന്ന ജനിച്ചു അധികമാവാത്ത രണ്ടടിയോളം വരുന്ന അവയുടെ കുഞ്ഞു ങ്ങൾ.പുതിയ അവകാശികളെ കണ്ടു അസ്വസ്ഥരായ അമ്മമാർ തന്റെ കുഞ്ഞുങ്ങളെ നോക്കി പല തരത്തിൽ അമറിക്കൊണ്ട് കഴുത്തിൽ ബന്ധിച്ച കയറനുവദിച്ച ദൂരത്തിൽ ഓടിക്കൊണ്ടേയിരുന്നു. ഒട്ടകത്തി ന്റെ കുഞ്ഞുങ്ങൾ വളരെ സ്നേഹപൂർവ്വം നമ്മുടെ അടുത്തുവരിക യും അതിന്റെ തലകൊണ്ട് മേലുരസുകയും ചെയ്തു കൊണ്ടേയിരു ന്നു. ഞങ്ങൾ പക്ഷെ പ്രഗത്ഭരായ കബഡികളിക്കാരെ പോലെ മുന്നോ ട്ടും പിന്നോട്ടും ചാടി ഒഴിഞ്ഞു മാറി.

പിന്നീടു ഞങ്ങൾ താല്ക്കാലിക താവളമായ ടെന്റിലേക്ക് മാറി. അവിടെ നിന്നും അറബികളുടെ വിശിഷ്ട പാനീയമായ 'ഗാവ' അഥവാ 'കാവ' രുചിച്ചു. ധാരാളം ഏലക്കായ്കളും കാപ്പിക്കുരുക്കളും പൊടി ച്ചിട്ട് പിന്നെ കുങ്കുമപ്പൂ ചേർത്ത് പാലോ മധുരമോ ചേർക്കാത്ത പാ നീയം. അതിനു പുറമേ ഒട്ടകത്തിൻ പാലും... അതും വളരെ വിശിഷ്ട

മാണ്. പശുവിൻ പാലിൽനിന്നും വൃത്യസ്തമായി അല്പം കട്ടി കൂടു തലുള്ളതും ഉപ്പിൻചുവയുള്ളതും ധാതുസമ്പുഷ്ടവുമാണ്. ഇവ രണ്ടും തണുപ്പിൽ നിന്നും ശരീരത്തെ ഊഷ്മളമാക്കി നിർത്തുന്നു. അറബി കൾ ഹുക്കയും ഇതോടൊപ്പം വലിക്കും. മരുഭൂമിയിലെ എല്ല് തുള ക്കുന്ന തണുപ്പിൽ ജീവൻ നിലനിർത്തുക എന്നത് ഒരു ഞാണിന്മേൽ കളി തന്നെയാണ്.

ഇതിനിടക്കാണ് ആറു ആററ അടിയോളം വലിപ്പം വരുന്ന ഒരു ഒട്ടകവുമായി ഒരാൾ ഞങ്ങളിരിക്കുന്നിടത്തേക്ക് എത്തിയത്. ഞങ്ങ ളിൽ പലരും അതിന്റെ പുറത്തു കയറി സവാരിക്ക് തയ്യാറായി. ഒടു വിൽ എനിക്കും നറുക്ക് വീണു. ഒട്ടകം താഴെ മണലിൽ കിടന്നു തന്നു എനിക്ക് കയറാനായി. പണ്ടെങ്ങോ മാമരക്കൊമ്പിൽ വലിഞ്ഞു കയ റിയ പരിചയം വെച്ച് ഞാൻ ഒരു ശ്രമം നടത്തി. പിന്നിൽ നിന്നും എന്റെ ശിവേട്ടൻ ചെറുതായി സഹായിക്കുകയും ചെയ്തു. അങ്ങനെ ഒട്ടക സവാരി എന്ന 'സാഹസികതയ്ക്കു' ഞാനും തയ്യാറായി. ഭാഷ ഒരു പ്രശ്നം ആയതിനാൽ ഞാൻ ആ മനുഷ്യനോടു ആംഗ്യഭാഷ യിൽ തയ്യാറാണെന്ന് പറഞ്ഞു. കേട്ടത് പാതി കേൾക്കാത്തത് പാതി യെന്നോണം അയാൾ ഞാൻ കയറിയ ആ ഒട്ടകത്തിന്റെ പിൻഭാഗ ത്തായി തന്റെ വടികൊണ്ട് ഒരു കുത്ത്. ഞാനിരുന്ന ഒട്ടകം ഒരൊറ്റ ചാട്ടം. എന്റെ മുഖത്തെ ചിരി മാഞ്ഞു. ആകാശത്തിന്റെ അനന്തതയി ലേക്കെന്നോണം ഞാൻ ഉയരുകയാണ്. ഭയം കൊണ്ട് എന്റെ തൊണ്ട യിൽ നിന്നും ഒരു വരണ്ട കരച്ചിൽ പുറത്തു വന്നു.താഴേക്ക് നോക്കി യപ്പോൾ വ്യക്തമല്ലാത്ത കുറെ രൂപങ്ങളായി എന്റെ ശിവേട്ടനും മക്ക ളും. അവരുടെ കയ്യടി ശബ്ദം. ഞാനതിന്റെ പുറത്തുറപ്പിച്ച മരത്തടി യിൽ മുറുക്കനെ പിടിച്ചു രാമ നാമം ചൊല്ലാൻ ആരംഭിച്ചു. അതിനിട യിൽ ഞാൻ ആ മനുഷ്യനോടു താഴെ ഇറക്കാൻ ആംഗ്യം കാണിച്ചു കൊണ്ടേയിരുന്നു.

എന്റെ വെപ്രാളത്തിൽ നിന്നും എന്തോ മനസിലാക്കി അയാൾ പിന്നെയും ആ ഒട്ടകത്തിന്റെ ശരീരത്തിൽ കുത്തി. ഒട്ടകം വീണ്ടും താഴേട്ട്. പാതാളത്തിലേക്കെന്ന പോലെ!

ഞാൻ താഴെയെത്തിയതും എന്നെ ഇറക്കാനായി ആരൊക്കെയോ ഓടിവന്നു. എന്നാൽ എല്ലാവരെയും ഞെട്ടിച്ചു കൊണ്ട് ആരുടെയും നിർദ്ദേശത്തിനു കാത്തുനില്ക്കാതെ ഒട്ടകം പൊടുന്നനെ ചാടി എഴു ന്നേറ്റു. ഞാൻ വീണ്ടും അനന്ത വിഹായസ്സിലേക്ക്. ഏകദേശം ഒരു അഞ്ചു മിനിട്ടിന്റെ ആശയക്കുഴപ്പത്തിനൊടുവിൽ വീണ്ടും താഴേട്ട്.

കവിഭാഷയെ അനുസ്മരിച്ചെന്നോണം

'വീണിതല്ലോ കിടക്കുന്നു ധരണിയിൽ'

ഒട്ടകത്തിന്റെ ആരോഗ്യം അപാരം തന്നെ.താഴെ മണലിൽ അയ വിറക്കികൊണ്ട് 'ഞാനൊന്നുമറിഞ്ഞില്ല' എന്ന ഭാവത്തിൽ കിടക്കുന്ന അതിന്റെ പുറത്തു നിന്ന് ശിവേട്ടൻ എന്നെ വലിച്ചിറക്കി.ഈരേഴു പതി നാല് ലോകം ഒരൊറ്റ തിരിക്കലിൽ കണ്ടവന്റെ അവസ്ഥയായിരുന്നു എനിക്കപ്പോൾ. അതെന്താണെന്ന് അനുഭവിച്ചു തന്നെ അറിയണം!

ഞങ്ങൾ തിരിച്ചിറങ്ങുമ്പോൾ, ആ ഒട്ടകങ്ങളെയെല്ലാം മേയാൻ അഴി ച്ചു വിട്ടിരുന്നു. കൂട്ടത്തോടെ ഓടിപ്പോവുന്ന അവയ്ക്ക് മുന്നിൽ വഴി കാട്ടികളും കവലാളായും ആ പട്ടിക്കൂട്ടം. ഏറ്റവും പിറകിലായി മറ്റൊരു ഒട്ടകപ്പുറത്ത് ഉടമസ്ഥനും. ഈ പട്ടികളുടെ സേവനം അഭിനന്ദനാർ ഹം തന്നെ ഭൂമിയുടെ ഏതു കോണിലായാലും.

ഞാനും മാറി

മുറികളുടെ എണ്ണം കുറഞ്ഞു പോയെന്നോ മേൽക്കൂരയുടെ ഉയ
രം കൂടി പോയെന്നോ എന്നൊന്നും പരാതിയുണ്ടായിരുന്നില്ല അന്ന്
ആർക്കും. എല്ലാവരും ആ ചെറിയകൂരക്കുള്ളിൽ സന്തോഷത്തോടെ
കഴിഞ്ഞിരുന്നു. എണ്ണം തികയാതെ വന്നപ്പോൾ പപ്പടം പകുതിയായി
മുറിച്ചു പൊള്ളിച്ചു ഞങ്ങൾ കുട്ടികളെ പറ്റിച്ചിരുന്ന ചെറിയമ്മമാരും,കു
ട്ടികൾക്ക് ഉറങ്ങാനായി വരാന്തയിൽ മാറി കിടന്ന ചെറിയച്ഛനും കഥ
കൾ പറഞ്ഞു പേടിപ്പിച്ച വല്യേട്ടനും ഉറക്കെ സംസാരിച്ചതിന് കണ്ണു
രുട്ടി കാണിച്ച അമ്മയും ഒന്നുംഇന്ന് ഇല്ല. എല്ലാം മാറിയിരിക്കുന്നു.
ഓണവും വിഷുവും ചക്കയും മാങ്ങയും എരിയുള്ള മുളക് ചമ്മന്തി
യും എല്ലാം.

മാറ്റമില്ലാത്ത എനിക്കുമാത്രമാണെന്ന് പറഞ്ഞാൽ അതും ഒരുത
രത്തിൽ മാറ്റി പറയലാകും അതുകൊണ്ട് വേണ്ട, ഞാനും മാറി കുട്ടി
യും കോലും കൊത്തങ്കല്ലും കളിച്ച ഞാൻമാറി. ഓണക്കാലം പത്തു
ദിവസത്തെ ഉത്സവങ്ങളും ആഘോഷങ്ങളും പൂപറിക്കലും എന്തിനെ
സ്വന്തം കൂടപ്പിറപ്പുകളെ കാണുന്നതുപോലെ ഇല്ലാണ്ടായി. വിരുന്നു
പോകലില്ല. അമ്മാവന്മാരും മക്കളും അമ്മായിമാറും അടിപിടിയും
ഒന്നും ഇല്ല. ഈ ലോകം മാറി. അവിടെ ആളുകളും ചിന്തകളും ആവ
ശ്യങ്ങളും. അന്ന് തിരുവോണത്തിന് മരിച്ചുപോയ വല്യവർക്കൊന്നും
പേരുപോലും അറിയാത്ത കാരണവന്മാർക്കു സദ്യയും കള്ളും വെച്ച്
പൂജിക്കാതെ ഒന്നും കഴിക്കരുതെന്ന് പറഞ്ഞുഞങ്ങൾ കുട്ടികളെ പേ
ടിപ്പിച്ച ഒരു ആചാരങ്ങളും ഇന്നില്ല.

എല്ലാവർഷവും പൂക്കൾ വിരിഞ്ഞു ഓണത്തുമ്പികൾ പറന്നു പൂക്ക
ളവും തൃക്കാക്കരയപ്പനും മാവേലിയും വന്നു. പക്ഷെ ഓണം മാറി.
പണ്ട് എന്റെ കുട്ടിക്കാലത്തു വല്യവല്യ വീടുകളിൽ മാത്രമായിരുന്നു
കാശു കൊടുത്തു പൂക്കൾ വാങ്ങിയിരുന്നത്. പലനിറത്തിലുള്ള മല്ലി
കയും ജമന്തിയും എല്ലാം അന്ന് ഞങ്ങൾ കുട്ടികൾ മനയ്ക്കലെപറ
മ്പിലും പാടവക്കത്തും തുമ്പയും പെരിയങ്കടയും കൃഷ്ണകിരീടവും

തിരിഞ്ഞുനടന്നു. അടികൂടി ഓടി ആദ്യം എത്തുന്നവർക്ക് ഓരോ പങ്കു പോയി. അവരെ പ്രാകിയുംപറഞ്ഞും അത്തം മുതൽ പത്തുവരെ പൂക്ക ളമിട്ടുകൊണ്ടിരുന്ന ഒരോർമയും ഇന്ന് ഇല്ല, കൊടിത്തൂവയും മണ്ണിര പുറ്റുകളും തേരട്ടയും ഉണ്ടായിരുന്ന മനയ്ക്കലെ കാടെല്ലാംവെട്ടിത്തെ ളിച്ച് അവിടെ പുതിയ വീട് പണിതുടങ്ങി കൊട്ടാരം പോലെ ഒരെണ്ണം. പാടത്തെല്ലാം എന്തൊക്കയോ നെല്ലുണ്ടാക്കിയതിന്റെ മുരടിച്ച വേരു കൾമാത്രം കാണാം. പന്ത് കളിയും ഓടിപ്പിടുത്തവും ഒന്നും ഇല്ല.

ഈ മാറ്റം വേണ്ടായിരുന്നു. ഓണക്കാലത്തിന്റെ ഐതിഹ്യങ്ങൾ അറിയാത്ത ഓണപ്പാട്ടുകൾ പാടാത്ത, പൂവിളികൾ ഉയരാത്ത, നാട്ടി ലെ ക്ലബ്ബിലെ വല്യേട്ടന്മാരുടെ ഉപ്പുകളർപ്പൊടി ചേർത്ത പൂക്കളങ്ങ ളും ഉച്ചക്ക് സദ്യകഴിഞ്ഞ ഉത്സവപ്പറമ്പിൽ ഉണ്ടാകുമായിരുന്ന ഓണ ക്കളികളും സമ്മാനങ്ങളും ഇല്ലാത്ത ഓണം, സുന്ദരിക്കൊരുപൊട്ടു കുത്തലും പൂക്കള മത്സരങ്ങളും ഒന്നുമില്ലാത്ത ഓണം. ഇന്ന് വിശ ക്കുമ്പോൾ എല്ലാവരും ഉണ്ണുന്നു ഉറങ്ങുന്നു. ഉച്ചക്ക് ഓണം സ്പെ ഷ്യൽ പരിപാടികൾ കാണുന്നഅമ്മയും ചിലപ്പോഴൊക്കെ പുതിയ സിനിമ കാണാൻ ഇരിക്കുന്ന ഞങ്ങൾ മക്കളും പതിവുപോലെ തറ വാട്ടിൽ അച്ഛമ്മയെ കാണാൻ പോകുന്നഅച്ഛനും അത്രമാത്രമായിരു ന്നു കഴിഞ്ഞ വർഷം വരെ എന്റെ ഓണം. ഈ തവണ എനിക്ക് ഓണ വുമില്ല. സോഷ്യൽ മീഡിയയും സൈബർ ലോകവും ഓണം ആഘോ ഷിക്കുന്നു. എത്നിക് ഡ്രസ്സ് എന്നും പറഞ്ഞ ഹാഷ്ടാഗ് ഇടുന്നു. സെൽഫി എടുത്തു കൂട്ടുന്നു. പിന്നെ ഓട് പഞ്ചിനായി ആറ് പാക്ക് മാവേലിയും എല്ലാവർക്കും ഹാപ്പി ഓണം.

കലാലയസൗഹൃദം

ഒരു ദശാബ്ദമായി ആ കലാലയത്തിന്റെ പടിയിറങ്ങിയിട്ട്... പത്തു വർഷത്തിനിപ്പുറവും ഈ ദിവസത്തെക്കുറിച്ചോർക്കുമ്പോൾ കണ്ണിൽ നനവു പടരും. എന്റെ സ്വത്വത്തെ തിരിച്ചറിഞ്ഞ കാലമായിരുന്നു ആ തമിഴ് ഗ്രാമത്തിലെ പഠനകാലം.

താമസിക്കുന്ന പ്രദേശത്തിനനുസരിച്ച് പരിഷ്കാരിയെന്നും അപ രിഷ്കൃതരെന്നും വേർതിരിക്കപ്പെടുമെന്ന് മനസിലാക്കിയത് അവിടെ വെച്ചാണ്. ഗ്രാമത്തിൽ ജനിച്ച് നാട്ടിൻപുറത്തൊരു കലാലയത്തിൽ ബിരുദമെടുത്ത എനിക്ക് ഈ അദൃശ്യമായ ലക്ഷ്മണരേഖ കണ്ട് പക ച്ചുനിൽക്കാനേ കഴിഞ്ഞുള്ളൂ. പിന്നീട് പത്തുവർഷം കഴിഞ്ഞപ്പോഴാ ണ് അവിടുത്തെ ഒരു അധ്യാപികയും സമാനമായ അനുഭവം പങ്കു വെച്ചത്. പുഞ്ചിരിയണിഞ്ഞ മുഖവുമായി നടക്കുന്ന അവരുടെയുള ളിൽ ഇത്തരമൊരു നീറ്റലുണ്ടെന്ന് കണ്ടാൽ പറയില്ല.

ക്വാറന്റൈൻ എന്താണെന്ന് അന്നേ ഞാനറിഞ്ഞു. ഒറ്റമുറിയിലൊ തുങ്ങിയ ലോകം. തീവണ്ടിയുടെ ചൂളംവിളിയും കാറ്റിന്റെ ഇരമ്പലും ഏകാന്തതയ്ക്ക് താളമൊരുക്കി. സൗഹൃദങ്ങൾ വന്നും പോയി ഇരുന്നു. കൈ ചേർത്തുപിടിച്ച് നടക്കാൻ ഒരു സുഹൃത്തെത്തി. വാക്കുകൾക്ക് വ്യാഖ്യാനവും പകലുകൾക്ക് നിറവും രാത്രികൾക്ക് പ്രതീക്ഷയും നൽ കിയ കൂട്ട്. സൗഹൃദത്തിന്റെ കാര്യത്തിൽ നിർഭാഗ്യവതിയായ ഞാൻ ഈ കൂട്ടുകെട്ടിൽ അഭിമാനിച്ചു. ചെറിയ സങ്കടങ്ങളും പരിഭവങ്ങളും തമാശകളും പറഞ്ഞ് പൊട്ടിച്ചിരിച്ചു. മഴയ്ക്കും മഞ്ഞിനുമിടയിൽ ഒരു മിച്ചു നടന്നു. ഇരുട്ടുമ്പോൾ മുറികളിലേക്ക് മടങ്ങി. അധ്യയനത്തിന്റെ അവസാനനാൾ ഭീമൻ മലനിരകൾക്കു താഴെയുള്ള ക്ലാസ് മുറിയിലി രുന്ന് യാത്ര പറഞ്ഞു രണ്ടുവഴിക്കു നടന്നു. കരയണമെന്ന് കരുതി യെങ്കിലും ചുണ്ടിൽ ചിരി വിടർത്തി വീണ്ടും കാണാമെന്ന് പറഞ്ഞു പിരിഞ്ഞു.

ഈ സുഹൃദ്കഥയിലും ഭാഗ്യം എന്നെ തുണച്ചില്ല. തകർന്നു തരി പ്പണമായ ആ കൂട്ടുകെട്ടിനോളം അമൂല്യമായതൊന്നും അതിനു മുമ്പെ

യോ ശേഷമോ ലഭിച്ചില്ല. ഇനിയില്ല ആ കൂട്ട് എന്നറിഞ്ഞ നിമിഷം മുതൽ എഴുത്ത് അവസാനിപ്പിച്ച് വാക്കുകളോട് വിടപറയാൻ തുനി ഞ്ഞതായിരുന്നു ഞാൻ. പറയാതെ മനസു വായിച്ച ആ സുഹൃത്ത് എന്നോട് അവസാനമായി പറഞ്ഞതും എഴുത്ത് നിർത്തരുതെന്നാണ്. വിമർശിക്കാനും അഭിനന്ദിക്കാനും ആ സുഹൃത്തിനോളം മികച്ച ഒരാ ളുമില്ല. ഭൂമിയുടെ ഏതെങ്കിലും കോണിലിരുന്ന് ഇതും വായിക്കുമെ ന്ന് എനിക്കുറപ്പാണ്.

അമ്പോറ്റിയമ്മ

ജീവിച്ചിരിക്കെ മനസിലാക്കാനാവാതെ പോയല്ലോ എന്നതോർത്ത് മരണശേഷം കരയിച്ചുകൊണ്ടേയിരിക്കുന്ന ഒരേ ഒരാളേ ജീവിതത്തി ലുള്ളു... അവർക്ക് എപ്പോഴും പുകയില മണമായിരുന്നു,

കൂടെയുള്ളപ്പോഴൊക്കെ നൂറായിരം കഥകൾ പറഞ്ഞിരുന്നു. കുത്ത രികുത്തി ഇഡലിയും, തൈര് കടഞ്ഞു ഇഞ്ചിപ്പച്ചടിയും വെച്ചു തന്നു. മീൻ വെട്ടാൻ പഠിപ്പിച്ചു, അവശേഷിപ്പിച്ചു പോയ രുചികളെ ഓർത്തെ ടുക്കാൻ ശ്രമിക്കാറുണ്ട്, അമ്മയല്ല ന്റെ പാചകത്തിലെ ആശാട്ടിയെ ന്ന് അഭിമാനത്തോടെ പറയാറുണ്ട്. കുഞ്ഞുകുഞ്ഞു പൊടി വൈദ്യ ങ്ങൾ മക്കൾക്കായി പറഞ്ഞുതന്നു.

അച്ഛന്റെ മരണശേഷം എനിക്ക് കൂട്ടായി കൂടെ വന്നു. എന്റെ മക്കളേ വയറ്റിലുള്ള കാലത്തു എന്റെ വഴക്കും ചീത്തയും കേട്ടു എനിക്കായ് പാവം. വഴക്കിട്ടിട്ടുണ്ട് ഞാൻ ഇഷ്ടം കൊണ്ടാണ്. കാറും കോളുമൊ ഴിഞ്ഞൊരു കാലത്താണ് ഏറെ സമാധാനത്തോടെ അവസാന ഉറക്ക ത്തിലേക്ക് പോയത്.

മക്കൾക്കൊപ്പമിരുന്ന് സന്തോഷത്തോടെ ആഹാരം കഴിച്ച്, അവരെ കൺനിറയെ കണ്ട്, കൺവെട്ടത്തില്ലാഞ്ഞ കൊച്ചുമക്കളെക്കുറിച്ച് വിശേഷം ചോദിച്ച്.. അത്രമേൽ ശാന്തമായ ഉറക്കത്തിലേക്ക്...

ഭാഗ്യം ചെയ്ത ജന്മമെന്ന് മരണാനന്തര ചടങ്ങുകളിൽ കേട്ടു, സുഖ മരണമായിരുന്നത്രേ...

ആ കയറുകട്ടിലിൽ പുകയില മണത്തെ കെട്ടിപ്പിടിച്ചിരിക്കുന്ന ആ കുഞ്ഞാവാൻ കൊതിക്കാറുണ്ട്...

ആയുസ് കൊണ്ട് പോലും വീട്ടാനാവാത്ത വിധം ഞാൻ കടപ്പെട്ട ആ സ്ത്രീ എന്റെ അമ്മയുടെ അമ്മയാണ് , അമ്പോറ്റിയമ്മ.....?

ഇത്തവണത്തെ എനിക്കുള്ള ഓണം ബമ്പർ പോലെയാണ് പനി കയറി പിടിച്ചത്. ബാക്കിയായി കിട്ടിയ ചുമ വിജയകരമായി രണ്ടാം വാരത്തിലേക്ക് പ്രവേശിക്കുന്നു. ഡോക്ടറും ആൻറിബയോട്ടിക്സും ആവി പിടിക്കലും തക്യതിയായി നടക്കുന്നുണ്ടെങ്കിലും വീട്ടിലൊരു

പട്ടി വേണ്ട എന്ന മാതിരി അർദ്ധരാത്രി കുത്തിയിരുന്ന് ചുമയ്ക്കുന്ന എന്നെ നോക്കി മീനുട്ടിക്ക് പോലും ഫീലിങ്ങ് . ഉറക്കം വരാതെ അടച്ചിട്ട ജനലിനപ്പുറത്ത് ചീറി പാഞ്ഞു പോയൊരു ആംബുലൻസിന്റെ ശബ്ദം കേട്ടു കിടക്കുമ്പോഴാണ് നനുത്ത വിരലുകൊണ്ട് അമ്മോറ്റിയമ്മ നെറ്റിയിൽ തൊട്ടത്. പതുക്കെ ആ കൈത്തണ്ടയിൽ ഞാനുമൊന്ന് പിടിച്ചു. ഉവ്വ്.. ആ എഴുന്നു നിൽക്കുന്ന നീല ഞരമ്പുകൾ ഇപ്പോഴുമവിടെയുണ്ട്. ചിരിച്ചു മാത്രം വർത്തമാനം പറഞ്ഞു ശീലമുള്ള ശബ്ദത്തിൽ അമ്മോറ്റിയമ്മ പറഞ്ഞു.

'നീ ചെന്ന് രണ്ടു ചുള ചുമന്നുള്ളിയുടെ നീര് പനം കൽക്കണ്ടത്തിലോ തേനിലോ ചാലിച്ചു നീര് കുടിക്ക്, ചുമ മാറിക്കോളും' ചാടിയെഴുന്നേറ്റ് ലൈറ്റിട്ടു, അമ്പോറ്റിയമ്മ അടുത്തില്ല. അടുക്കളയിൽ ചെന്ന് ഉള്ളിനീരും പനം കൽക്കണ്ടവും ചാലിച്ചു കുടിക്കുമ്പോൾ വെറുതെ യോർത്തു, 'ഈശ്വരാ... എന്തിനാണിതൊക്കെ ഞാൻ മറന്നുവെച്ചത്? എന്തൊക്കെയാണ് മറന്നു വെച്ചത്?'

കളിക്കിടയിൽ വീണ് മുട്ട്പൊട്ടി ചോരയൊലിക്കുമ്പോൾ തെങ്ങിൻ മൊരി ചുരണ്ടി മുറിവിൽ പൊത്തി കമ്യൂണിസ്റ്റു പച്ച നീരൊഴിച്ച് പച്ച പ്പിലേക്ക് നോക്കി വേദനകളഞ്ഞ നട്ടുച്ചകൾ വിഷക്കല്ലു ചവിട്ടി ഉപ്പു റ്റി നോവുമ്പോൾ ചുടുള്ള അടുപ്പുകല്ലിൽ കാലമർത്തിവെച്ച് കർളക ത്തിന്റെ ഇലയും ചുടു ചോറും ഉപ്പു കല്ലും ചേർത്തരച്ച് ഉപ്പുറ്റി ചേർ ത്ത് മുറുക്കിക്കെട്ടിയ സന്ധ്യകൾ

നല്ല ജീരകം ചിരട്ടയും കരിയും വരെ ഇരുമ്പു ചീനച്ചട്ടിയിൽ വറു ത്ത് വെള്ളമൊഴിച്ചു കുറുക്കി ഒറ്റയിറക്കിന് കുടിച്ച് ആട്ടിയിറക്കിയ വയറുവേദനകൾ .കടുകും വറ്റൽ മുളകും ഉഴിഞ്ഞിട്ട് അടുപ്പിലേക്കെ റിഞ്ഞുകളഞ്ഞ കണ്ണേറുകൾ .

ഓമയ്ക്കായുടെ പശപുരട്ടി കനലിൽ ചുട്ട പപ്പടം കൂട്ടി കഞ്ഞി കുടിച്ചാൽ മാറുമെന്നുറപ്പിച്ച വയറ്റിൽ പുണ്ണുകൾ. അരിഷ്ടവും, അയ് മോദകവും ജീരകവും ഇന്തുപ്പും ചേർത്തരച്ചുരുട്ടിത്തന്നു മാറ്റിയ അജീർണ്ണങ്ങൾ ചന്ദനം നെറ്റിയരച്ചുപുരട്ടി,രാസനാദിപ്പൊടി നെറുക യിലമർത്തി ,പനിക്കൂർക്കയുടെ നീര് നക്കി,ചുക്കും കുരുമുളകും ചേർ ത്ത കാപ്പി കുടിച്ച് കമ്പിളി പുതച്ച പനിക്കാലങ്ങൾ

ചെറിയ ആടലോടക നീരിനാൽ ഓടിച്ചുവിട്ട വില്ലൻചുമയിൽനിന്ന് തളിർ വെറ്റില നീരിറക്കി വീണ്ടെടുത്ത സ്വരങ്ങൾ മുലപ്പാലൊറ്റിച്ച്, മല്ലിവെള്ളം പിടിച്ച്, ഇളനീർക്കുഴമ്പൊഴിച്ചു, നന്ത്യാർവട്ട പൂവിന്റെ നീര് കുടഞ്ഞ് അകറ്റിയ കണ്ണു ദീനങ്ങൾ പനിക്കൂർക്കയിലയും അരു

തയും തിളപ്പിച്ച വെള്ളത്തിൽ കുളിച്ച് ഉഷാറ് വീണ്ടെടുത്ത ആലസ്യ
ങ്ങൾ.

അമ്മയുടെ മുട്ടുവേദനക്ക് തൈലത്തിൽ മുക്കി പതിപ്പിക്കാൻ തേടി
പ്പോയ എരുക്കിലകൾകടന്നലോ മറ്റോ കുത്തിയാൽ നീര് മാറ്റാൻ അ
രച്ചിടുന്ന കാട്ടുമഞ്ഞളുകൾ.

അങ്ങിനെയങ്ങിനെ മറന്നു പോയ എന്തൊക്കെയോ കാലിഡോ
സ്കോപ്പിലെ പോലെ ഒറ്റ രാത്രിയിൽ തിരിച്ചു തന്നു അമ്പോറ്റിയ
മ്മ.പക്ഷേ ഗുളിക വിഴുങ്ങി തളർന്നു പോയൊരു ശരീരത്തിലേക്ക് അതി
നുള്ളിലെ സംശയാലുവായൊരു മനസ്സിലേക്ക് അത്രെ ഫലം കാണു
മെന്നുറപ്പില്ലാതെ ഞാനിരിക്കുന്നുണ്ട്.

ഞാൻ കടന്നുപോയിരുന്ന എന്റെ ചില നേരങ്ങൾ

ചുറ്റും എല്ലാവരുമുണ്ടായിട്ടും തനിച്ചായിപ്പോകുന്ന ചില നിമിഷ ങ്ങളുണ്ടാകും നമ്മുടെയൊക്കെ ജീവിതത്തിൽ. എല്ലാവരിൽ നിന്നും എന്നു പറഞ്ഞാൽ സ്വന്തം കുടുംബത്തിൽ നിന്നു പോലും ഒഴിഞ്ഞു മാറി തനിച്ചാകാൻ നോക്കിയിരുന്ന ഒരു സമയം എനിക്കുണ്ടായിരുന്നു. എന്തിനു വേണ്ടിയായിരുന്നു എന്നു ചോദിച്ചാൽ അതിന് ഒരുത്തരം തരാൻ എനിക്കു പറ്റുന്നില്ല. കടുത്ത പ്രതിസന്ധികൾ, വിഷാദം, ഒറ്റ പ്പെടൽ എല്ലാം ഒരുമിച്ചുവന്ന് വീർപ്പുമുട്ടിയിരുന്ന ചില നേരങ്ങൾ.

മക്കളുടെ ചെറിയ ചെറിയ സന്തോഷങ്ങൾ പങ്കുവെച്ചിരുന്ന സോ ഷ്യൽ മീഡിയയയിൽ നിന്നെല്ലാം ഞാൻ അപ്രത്യക്ഷയായിരുന്നു. മറ്റാർ ക്കോ വേണ്ടി ജീവിക്കുന്ന നിമിഷങ്ങൾ ആയിരുന്നു അതൊക്കെ. നമ്മൾ ഇതിലൊക്കെ ഒരു ഫോട്ടോ ഇട്ടാലോ പോസ്റ്റ് എഴുതിയിട്ടാ ലോ മറ്റുള്ളവരുടെ കണ്ണിൽ സന്തോഷവാൻ/സന്തോഷവതി ആയി രിക്കും, സ്വാഭാവികം.

ചിലപ്പോൾ എന്തിലേലും എൻഗേജ്ഡ് ആയിരുന്നില്ലേ മനസ്സ് കൈ വിട്ടുപോയാലോ എന്നോർത്ത് ചെയ്തുകൂട്ടിയിരുന്നതാവാം, അത് നമുക്ക് മാത്രം അറിയുന്ന സത്യങ്ങൾ. വളരെ നാളുകൾക്കുശേഷം എന്റെ ഒരു ബുക്ക് ഇറങ്ങുന്നതിനോട് അനുബന്ധിച്ചാണ് പിന്നീട് ഞാൻ ഇതിലൊക്കെ തിരികെ വന്നത്. ഞാൻ ഓക്കേ ആണെന്ന് എന്നെയും അതുപോലെ മറ്റുള്ളവരെയും ബോധിപ്പിക്കാനാണോ എന്നു ചോദിച്ചാൽ ചിലപ്പോൾ അതും ശരിയാണ്. ഇനി അങ്ങനെ ഒരു അവസ്ഥ താങ്ങാൻ പറ്റാത്തത് കൊണ്ടാണ്... അത്രയ്ക്ക് പേടി ച്ചുപോയിട്ടുണ്ട്... ഒറ്റപ്പെട്ടുപോയിട്ടുണ്ട്... ഞാൻതന്നെ വരുത്തിവെച്ച ചിന്തകൾ കാരണം..

അപ്പോളൊക്കെ മനസ്സ് വല്ലാത്തൊരവസ്ഥയിലായിരിക്കും. ചില പ്പോഴൊക്കെ ആരോടെങ്കിലും മനസ്സുതുറന്ന് സമാധാനമായി ഒന്ന് സംസാരിക്കണം എന്ന് തോന്നും.പക്ഷേ അതിനൊന്നും മനസ്സനുവ

ദിക്കില്ല.

ഒച്ചവെച്ചുകൊണ്ട് ചുറ്റുമുള്ളവരോട് ദേഷ്യപ്പെടാനും പൊട്ടിത്തെ റിക്കാനുമാണ് മനസ്സ് ശരിക്കും പറയാറ്.പക്ഷേ ഒന്നിനും സാധിക്കാ തെ ഒന്നും മിണ്ടാൻ കഴിയാതെ അവരുടെയൊക്കെ മുൻപിൽ നിസ്സ ഹായയായി പുഞ്ചിരിയോടെ എനിക്കൊന്നുമില്ല ഞാൻ ഓക്കെയാണ് എന്ന് പറഞ്ഞാണ് ശീലം.

മറ്റുള്ളവരിൽ നിന്നും എത്രയൊക്കെ ഒളിപ്പിക്കാൻ ശ്രമിച്ചാലും നോവുകൾ വിളിച്ചു പറയുന്ന കണ്ണുകൾ നമ്മളെ പറ്റിച്ചു കൊണ്ട് എല്ലാം വിളിച്ചു പറയുന്നുണ്ടാവും.

ഒട്ടും വിശപ്പില്ലാതെ,ഉറക്കം നഷ്ടപ്പെട്ട്,മനസ്സും ശരീരവും ഒരേ പോലെ തളർന്ന്,ഒന്നിലും ശ്രദ്ധിക്കാൻ കഴിയാതെ,ഒരു കാര്യവുമില്ലാ തെ അസ്വസ്ഥമായ മനസ്സോടെ,അതുവരെ സന്തോഷം നൽകിയിരു ന്ന കാര്യങ്ങളെല്ലാം ഒരു കാരണവുമില്ലാതെ വെറുത്ത് വരയും എഴു ത്തും വായനയും പൂട്ടിക്കെട്ടി കുട്ടയിലിട്ട് എല്ലാവരോടും വെറുപ്പും ദേഷ്യവും നിറച്ചു കുഞ്ഞുങ്ങളോട് പോലും മിണ്ടാൻ തോന്നാതെ.. എല്ലാ വാതിലുകളും മുറുക്കെയടച്ച് മനസ്സ് സ്വയം ഒറ്റപ്പെടുത്തുന്ന നിമിഷങ്ങൾ.

എന്തുകൊണ്ടാണ് എനിക്ക് ഇങ്ങനെ ഒരവസ്ഥ എന്ന് മനസ്സിലാ വാതെ തുറന്നിട്ട ഷവറിന് കീഴെ കുറെ നേരം ഏങ്ങിക്കരഞ്ഞിരുന്ന ദിവസങ്ങൾ

എല്ലാവരും ഉണ്ടായിട്ടും ആരുമില്ലെന്ന് തോന്നലിൽ നീറി നീറികി ഉരുകിയിട്ടുണ്ട്എന്തിനാണ് ഈ സങ്കടമെന്നും ആരോടാണ് ദേഷ്യ മെന്നും മനസ്സിലാകാതെ അവസാനം കുറ്റം മുഴുവനും എന്റേത് മാത്ര മെന്ന് ഉറപ്പിച്ച് ഒറ്റയ്ക്കിരിക്കാൻ തോന്നുന്ന ദിവസങ്ങൾ. പ്രവാസം വല്ലാതെ ഉരുക്കിയിരുന്നു...

എല്ലാ പ്രസരിപ്പുകളും നഷ്ടപ്പെട്ട് മനസ്സും ശരീരവും തളർന്നിട്ടും മരവിപ്പോട് ജീവിച്ചിരിക്കുന്ന ദിവസങ്ങൾ.

ആർക്കും എന്നെ ഇഷ്ടമല്ലെന്നും എല്ലാവർക്കും ഞാനൊരു ഭാര മാണെന്നും മനസ്സ് പറഞ്ഞുകൊണ്ടേയിരിക്കും. ഒടുവിൽ എന്തിനാണ് ഞാൻ ഇനി ജീവിച്ചിരിക്കുന്നത് അവസാനിപ്പിച്ചേക്കാം എന്ന ചിന്ത യിലെത്തും വരെ കാടുകയറുന്ന ചിന്തകൾ

പ്രതീക്ഷയെല്ലാം നഷ്ടപ്പെട്ട് നിസ്സഹായാവസ്ഥയിൽ നെഞ്ചിൻകൂ ട്ടിലെ ശ്വാസമെല്ലാം തിങ്ങി നിറഞ്ഞ ഇരുട്ട് നിറഞ്ഞ മുറികളും ഇട നാഴികളും മാത്രമുള്ളൊരിടത്ത് വീർപ്പുമുട്ടലോടെ ഒറ്റക്കാകുന്ന ഒര

വസ്ഥ.

എത്ര ദിവസമെന്ന് പോലും നിശ്ചയമില്ലാത്ത ഒരൊറ്റപ്പെടൽ. മന
സ്സ് തുറന്ന് പറഞ്ഞില്ലെങ്കിലും എന്നെയൊന്ന് മനസ്സിലാക്കി സ്നേ
ഹിക്കുന്നവരുടെ നെഞ്ചിൽ പറ്റിച്ചേർന്ന് ആ കരുതലിൽ എല്ലാം മറ
ന്നു ഒരു നിമിഷമെങ്കിലും കിടക്കാൻ തോന്നിയിരുന്ന നിമിഷങ്ങൾ.
ആരുമെന്നെ മനസ്സിലാക്കുന്നില്ലല്ലോ എന്ന സങ്കടത്തോടെ ഒഴിവായി
പ്പോയേക്കാം അല്ലെങ്കിൽ അവസാനിപ്പിച്ചേക്കാം എന്ന് ഒരു വണ്ട്
പേരറിയാനോവിന്റെ രൂപത്തിൽ ഇങ്ങനെ വീണ്ടും വീണ്ടും ചെവി
യിൽ മൂളിക്കൊണ്ടിരിക്കും. അതെ ഇതൊരു യുദ്ധമാണ്. ഒന്നുകിൽ
ഞങ്ങൾ ജയിച്ചേക്കാം. അല്ലെങ്കിൽ മരിച്ചേക്കാം. ഈ യുദ്ധത്തിൽ
എന്നെപ്പോലെ പലരുമുണ്ട്. ഇനിയും കാരണമെന്തെന്ന് മനസ്സിലാ
കാതെ നിഴലിനോട് യുദ്ധം ചെയ്യുന്നവരുമുണ്ട്. നിങ്ങൾക്കാവശ്യം ഇ
ടയ്ക്കുള്ള ചേർത്തുപിടിക്കൽ മാത്രമല്ല.. ഈ പറഞ്ഞ കാരണങ്ങളോട്

നിങ്ങളുടെ അമ്മയാകട്ടെ മകളാകട്ടെ ഭാര്യയോ കാമുകിയോ സുഹൃ ത്തോ ആരുമാവട്ടെ അവർ പ്രയാസപ്പെടുന്നുണ്ടെങ്കിൽ അവരെ ചേർ ത്ത് നിർത്തി ഒപ്പമുണ്ടെന്ന് പറയുക. തളരാതെ പൊരുതുവാൻ കൂടെ നിൽക്കുക ജീവിതത്തിനും മരണത്തിനുമിടയിലെ നൂൽപ്പാലത്തിൽ നിന്നും കൈകോർത്ത് പിടിച്ചുകൊണ്ട് നീ ഒറ്റക്കല്ലെന്ന് നിനക്കൊപ്പം ഞങ്ങളുണ്ടെന്ന ആത്മവിശ്വാസം കൊടുത്തു മടക്കി കൊണ്ടുവരിക.

ഡിപ്രഷൻ എന്നിലൂടെ കടന്നുപോയ അനുഭവം വെച്ച് എഴുതിയ താണ്.. പലർക്കും പല അനുഭവങ്ങളാണ്. ആണിനും പെണ്ണിനും ഉണ്ടാ കും ഇതേ അനുഭവങ്ങൾ. മറ്റുള്ളവരുടെ മുന്നിൽ ഞാൻ ഭാഗ്യവതി യായ അമ്മയും ആവോളം സ്നേഹം കിട്ടുന്ന ഭാര്യയും എല്ലാ സുഖ സൗകര്യങ്ങളിലും ജീവിക്കുന്നവളും ആവാം. ഇങ്ങനെയും ഒരു അവ സ്ഥയുണ്ടെന്നും നമ്മളെ അറിയുന്നവർ ചേർത്തുനിർത്തുന്ന സുരക്ഷി തത്തിൽ ഇപ്പോഴെങ്കിലും എഴുതണമെന്ന് തോന്നി. വൈകിയെങ്കിലും ഓക്കെ ആയിക്കൊണ്ടിരിക്കുന്നു.

കാരണം കണ്ടെത്തി സമയത്തിന് ചികിത്സയും മരുന്നും എടുത്ത് സന്തോഷമുള്ള കാര്യത്തിലേക്ക് കൂടുതൽ ശ്രദ്ധ തിരിച്ചും മനസ്സ് ഡൈ വേർട്ട് ആക്കി കുറച്ചു താമസിച്ചാലും നമ്മൾ ഓക്കേ ആകും എന്നുറ പ്പു നല്കി ഒരു മനുഷ്യന്റെ കൂടെയുള്ളതാണ് ഇന്നെന്റെ ആശ്വാസം. കൂട്ടത്തിൽ മക്കളുടെ സ്നേഹവും കരുതലും.

ഒന്നേ പറയാനുള്ളൂ നിങ്ങൾക്ക് ചുറ്റും ഇതേ അവസ്ഥയിൽ ആരെ ങ്കിലുമൊക്കെ ഉണ്ടെങ്കിൽ അവരെ ഒറ്റപ്പെടുത്തരുത് അറിഞ്ഞിട്ടോ അറി യാതെയോ അവഗണിക്കരുത്. നമ്മൾ കൂടെ നിന്നിട്ടും അവർക്ക് അ ത് തിരിച്ചറിയാൻ കഴിയുന്നില്ലെങ്കിൽ നമ്മളെയും കുറ്റപ്പെടുത്തുന്നു എങ്കിൽ അവിടെ എന്ത് ചെയ്യണം എന്നറിയാതെ മൗനമായി നിൽ ക്കുന്നുണ്ട് ഞാൻ ചില നിമിഷങ്ങളിൽ ഇന്നും.

ഈ ഒരവസ്ഥയെ സാരമില്ലെന്ന് പറഞ്ഞ് തട്ടിക്കളയരുത്
"PRESENCE IS MORE THAN JUST BEING THERE"

തിഥി നോക്കാതെ വരുന്നവൻ അതിഥി

പ്രവാസത്തിൽ ഒറ്റക്കായി പോകുമ്പോൾ നമ്മൾ ഒരുപാട് വിഷമി ക്കാറുണ്ട്. അമ്മയെ ഒരുപാട് മിസ്സ് ചെയ്ത നിമിഷങ്ങൾ എന്റെ ജീവി തത്തിൽ ഉണ്ടായിട്ടുണ്ട്.

കയ്യിലിരുന്ന വെള്ളത്തിന്റെ കുപ്പി കാലിയാക്കി ചുണ്ടുകൾ കൂർ പ്പിച്ചു പിടിച്ച്, കാലുകൾ കൂട്ടിയുരുമ്മി വച്ച് ഞാൻ ശിവനെ ദയനീയ മായി നോക്കി...

'ഏട്ടാ ഒന്ന് പോയ് ചോദിച്ചേ... എന്റെ നമ്പർ ആയോന്ന്... അല്ലെ ങ്കി ഞാനിപ്പോ ഇവിടിരുന്നു മുള്ളും... ഇപ്പൊ വിളിക്കാംന്ന് പറഞ്ഞ് ഇരുത്തിയതാ... എന്നേക്കാൾ മുന്നേ വന്നോരൊക്കെ പോയി.'

അഞ്ചാംമാസത്തെ സ്കാനിങ്ങിനു വന്നതാണ് ഞാനും ശിവനും. വന്ന് ടോക്കൺ എടുത്തപ്പോൾ മുതൽ തുടങ്ങിയ വെള്ളം കുടിയാണ്.. മൂത്രസഞ്ചി നിറഞ്ഞാലെ വ്യക്തമായി കുഞ്ഞിനെ കാണാൻ സാധി ക്കൂ എന്ന് പറഞ്ഞു നേഴ്സാണ് വെള്ളം കുടിക്കാൻ ഏല്പിച്ചത്. ഒരു തവണ വയറു നിറഞ്ഞ് സഹിക്കാൻ പറ്റാതെ ചെന്ന് ചോദിച്ചപ്പോൾ അകത്തു വേറാളുണ്ട്.

രക്ഷയില്ലാതെ മൂത്രമൊഴിച്ചു വന്ന കൃത്യസമയം നോക്കി അവർ വിളിച്ചു...

അങ്ങനെ രണ്ടാമതും ഇരുന്ന് കുടിച്ചുവറ്റിച്ച വെള്ളം ഇപ്പൊ മൂത്ര സഞ്ചി പൊട്ടി ചാടാറായി നിൽക്കാണ്..

ഇവരുടെ വിളിയൊട്ടു കാണാനുമില്ല...

'ഒന്ന് പിടിച്ചിരിക്കെടൊ... അല്ലെങ്കിലിനിയും ഒരു മണിക്കൂർ ഇവിടി രിക്കേണ്ടി വരും...'

ഏട്ടനെന്റെ കൈകൾ മെല്ലെ തലോടി പറഞ്ഞു... കാലുതൂക്കിയിട്ട് ഇരുന്നതാവാം നീര് വന്ന് ചീർത്ത കാൽവിരലുകൾ സമാധാനം... പറ ഞ്ഞു തീർന്നില്ല വിളി വന്നു...

അടിവയറ്റിൽ കയ്യൊന്ന് താങ്ങി ഏട്ടന്റെ കൈ പിടിച്ചു മെല്ലെ ഞാനെഴുന്നേറ്റു... നടക്കാനൊരു പാട് ... ഇരുന്നിരുന്ന് കാലുകൾ മര വിച്ചപോലെ.

സ്കാനിങിനിടയിൽ ഡോക്ടർ കാണിച്ചു തരുന്ന അനങ്ങുന്ന ഓരോ വെളുത്ത അടയാളങ്ങളും കുഞ്ഞീടെ കയ്യാണ്... കാലാണ്.. മുഖമാ ണ് എന്നൊക്കെ പറയുമ്പോൾ ഞാൻ തലയെത്തി നോക്കും...

വാവ കിടന്ന് മറിയുന്നത് കാണുമ്പോൾ നെഞ്ചിലൊരു സന്തോഷ വേലിയേറ്റം... ഏട്ടനും കൂടെ ഉണ്ടാവും.. ഇവിടെ അങ്ങനൊരു ഗുണ മുണ്ട്.. ഭർത്താവിനും കൂടെ വരാം സ്കാനിംഗ് ടൈം. കൺകോണിലെ നനവ് മറച്ചു ഞാൻ ചേട്ടനോട് ചോദിച്ചു നിങ്ങള് കണ്ടോ വാവയെ...

അത്ഭുതത്തോടെ അതിലേറെ സന്തോഷം കൊണ്ട് ചുവന്നുതുടു ത്ത ഏട്ടന്റെ ചിരി കണ്ടപ്പോൾ മനസ്സിലൊരു കുളിർ തെന്നൽ.

വേണ്ടാ.. ആരും വേണ്ടെനിക്ക് ഞാനും ന്റെ ശിവനും വാവയും മാത്രം.. അത് മാത്രമാണിനി ന്റെ ലോകം. അച്ഛൻ മരിച്ചതിനുശേഷം അമ്മ അവിടംവിട്ട് എങ്ങോട്ടും പോകാറില്ല. എന്റെ ഈ അവസ്ഥയിൽ ഇങ്ങോട്ട് കൊണ്ടുവരാൻ ഒരുപാട് പരിശ്രമിച്ചു. പക്ഷേ അമ്മയുടെ ശാരീരികസ്ഥിതിയും മനസും അനുവദിച്ചില്ല.. എനിക്ക് അമ്മയോട് പിണക്കം വരെ തോന്നി. പക്ഷേ എന്റെ ശിവൻ എന്റെയൊപ്പം അമ്മ യുമച്ഛനുമെല്ലാമായി നിന്നു. എങ്കിലും എവിടെയോ ഒരു നോവ്..

സന്തോഷത്തിനിടയിലും എന്റെ കണ്ണിൽ തിരമാലകൾ നുഴഞ്ഞെ ത്തിയോ...

എല്ലാം നോർമലാണെന്നുള്ള റിപ്പോർട്ടും കഴിക്കാനുള്ള മരുന്നിന്റെ കുറിപ്പും കൈമാറുന്നതിനിടയിൽ ഡോക്ടർ പറഞ്ഞു.. സന്തോഷമാ യിട്ടിരിക്കണം കേട്ടോ.

അതുകേട്ട് ഏട്ടനെന്റെ മുഖത്തേക്ക് നോക്കുന്നത് ഞാൻ ഇടംക ണ്ണിട്ട് കണ്ടു. കണ്ടിട്ടും കാണാത്ത പോലെ ഞാനും നിന്നു.

വീട്ടിലേക്ക് മടങ്ങും മുൻപേ എന്റെ ഇഷ്ടങ്ങളിലൊന്നായ സാമ്പാർ വട തൃപ്തിയോടെ ഞാൻ ആസ്വദിച്ചു കഴിക്കുന്നതിനിടയിൽ നോക്കി യിരുന്ന ഏട്ടനോട് ഞാൻ കൊഞ്ചി.

'അതേ ഇഷ്ടമുള്ളതൊക്കെ കഴിച്ചില്ലെങ്കി വാവയ്ക്കാ സങ്കടംട്ടാ അതോണ്ടാ.'

കഴിച്ചു കഴിഞ്ഞു ബില്ലടയ്ക്കാൻ നിൽക്കുന്ന ഏട്ടന്റെ പിന്നിൽ നിന്ന് കൗണ്ടറിലിരുന്ന പാത്രത്തിലെ ജീരകമിട്ടായി കയ്യെത്തി പിടി ച്ചു വായിലിട്ടപ്പോളും ചേട്ടന്റെ മുഖത്തൊരു കള്ളച്ചിരി കണ്ടു ഞാൻ.

മാസങ്ങൾ കടന്നു പോകെ നടുവേദനയും കാലിലെ മസിൽ പിടു ത്തവുമെല്ലാം ഒരുപാട് ബുദ്ധിമുട്ടിച്ചെങ്കിലും, ഒരിക്കൽ പോലും വീട്ടിൽ പോകണമെന്നോ, അമ്മയെ കാണണമെന്നോ എനിക്ക് തോന്നിയില്ല.

എന്തിനും ഏതിനും ഏട്ടൻ ഉണ്ടായിരുന്നു ഒപ്പം..

ഏഴാംമാസത്തിലെ ചടങ്ങുകൾ ഒക്കെ നന്നായി നടന്നു.

പാതിരാത്രിയിലെപ്പോഴോ വന്ന മസിൽവേദനയിൽ ഞാൻ അല റിക്കരഞ്ഞപ്പോൾ ഉഴിഞ്ഞുതരുന്നതിനിടയിലാണ് ഏട്ടൻ.

'ഡി എപ്പോഴെങ്കിലും നീ നമ്മുടെ അമ്മമാരെക്കുറിച്ചു ഓർത്തിട്ടു ണ്ടോ.'

ഞാനും മനസ്സുകൊണ്ട് അമ്മയായതുകൊണ്ടാണോ എന്റെ മന സ്സിലേക്ക് അമ്മയുടെ മുഖം ഓടിവന്ന് ഞാൻ നിശബ്ദയായി...

ഒന്നും മിണ്ടാതെയും എതിർപ്പ് കാണിക്കാതെയുമുള്ള എന്റെയി രുപ്പ് കണ്ടിട്ടാകാം ഏട്ടൻ തുടർന്നു.. 'നമ്മൾ എത്ര മാത്രം അമ്മമാരേ വിഷമിപ്പിക്കുന്നുണ്ട് അല്ലേടാ..'

പെട്ടെന്നെന്തോ ഹൃദയത്തിൽ മുള്ളുതറച്ച പോറൽ പോലെ വേദന എങ്കിലും ഞാനത് മുഖത്തു കാണിച്ചില്ല... ഉള്ളിൽ അമ്മയെ കാണാൻ ഉള്ള വിഷമം കാരണം ഞാൻ ഒച്ചവെച്ചു.

'മതി... എനിക്ക് കേൾക്കണ്ട.. എന്റെ അടുത്ത് വരാത്തവരെ കുറി ച്ചു ഓർത്തു ഞാൻ എന്തിനാ വിഷമിക്കുന്നെ..'

മറുപടിയിലെ കർശനം കേട്ടാവാം ആളൊന്നും മിണ്ടിയില്ല...

പ്രസവത്തീയതി അടുത്തപ്പോൾ ഏട്ടൻ തന്നെ ആസ്പത്രിയിലേ ക്കുള്ള ബാഗൊരുക്കാൻ തുടങ്ങി..

കഴുകിയുണക്കിയ തുണിക്കഷ്ണങ്ങളും, കുഞ്ഞു തോർത്തും, കുഞ്ഞിനുള്ള പിന്നീക്കെട്ടിയുമൊക്കെ ഒതുക്കി വക്കുന്ന കണ്ടതും എപ്പോഴൊക്കെയോ എന്റെ അമ്മ മനസ്സിലേക്കോടി വന്നു...

പറഞ്ഞ തീയതിക്ക് രണ്ടുദിവസം മുൻപേ പെട്ടെന്ന് കണ്ട നടുവേ ദനയും വെള്ളപോക്കും. ഏട്ടനെന്നെയും കൊണ്ട് പാഞ്ഞു ഹോസ്പി റ്റലിലേക്ക്..

പരിശോധനകൾക്കൊടുവിൽ ലേബർറൂമിലെ തണുപ്പിനുള്ളിൽ കിട ന്ന് ഗർഭാശയമുഖം വികസിക്കാനുള്ള മരുന്ന് തുള്ളി തുള്ളിയായി എന്റെ ശരീരത്തിലേക്ക് കയറാൻ തുടങ്ങി... കുറെ കഴിഞ്ഞപ്പോൾ വേദനയും തുടങ്ങി...

നടുപൊളിയുന്ന പ്രസവവേദനക്കിടയിൽ പലപ്പോഴും ഞാൻ നേഴ്സിന്റെ കാലു പിടിച്ചു, ടോയ്‌ലെറ്റിൽ പോകണമെന്ന കരച്ചി ലോടെ...

അരക്കെട്ട് പിളർന്നു പോകുന്ന വേദനയും അതിനിടക്ക് കയ്യിട്ട് പരിശോധിക്കുന്നവരുടെ വിരലഭ്യാസവും അറിയാതെ ഞാനമ്മയെ വിളിച്ചു ഉറക്കെയുറക്കെ...

സമയമായില്ല ഇനിയും കുഞ്ഞിന്റെ തലയിറങ്ങിവരാനുണ്ടെന്ന് പറ ഞ്ഞ ഡോക്ടറോട് എനിക്കെന്റെ അമ്മയെ കാണണമെന്ന് പറഞ്ഞു...

ഞാനനുഭവിക്കുന്ന വേദനയും ബുദ്ധിമുട്ടും അറിഞ്ഞപ്പോൾ ഈ

വേദനകളെല്ലാം സഹിച്ചല്ലേ എന്നെയെന്റമ്മ പെറ്റതെന്നോർത്തപ്പോഴേ നെഞ്ചു പൊള്ളിപ്പിടഞ്ഞു.

പ്രസവവേദനയെന്ന മരണവേദനയേക്കാൾഎന്തുമാത്രമെന്റെയമ്മ സങ്കടപ്പെട്ടിട്ടുണ്ടാകുമെന്ന ചിന്തകളെന്നെ അകംപുറം പൊള്ളിച്ചുകൊ ണ്ടിരുന്നു...

ഞാനാദ്യമായി ചിരിച്ചതെന്റെ അമ്മയെ നോക്കിയല്ലേ... എന്നും എപ്പോഴും..

താങ്ങായ് കൂടെ നിന്ന അമ്മക്കൈകൾ അങ്ങനെ കൈവിട്ടുകള യാനുള്ളതാണോ.

പുറത്തേക്ക് പോയി വന്ന നേഴ്സ് എന്തോ സ്വകാര്യമായി ഡോക്ട റിനോട് പറയുന്നത് ഞാൻ കണ്ടു...

എന്താ പറഞ്ഞതെന്ന് ഞാൻ ചേട്ടനോട് ചോദിച്ചു,

അതിനുള്ള മറുപടി പറയുംമുൻപേ മിന്നൽപ്പിണറായി വന്ന എല്ലു നുറുങ്ങും വേദനയിൽ ഞാൻ ഞെളിപിരികൊണ്ടു...

'കുഞ്ഞിന്റെ തല കാണുന്നുണ്ടല്ലോ സിസ്റ്ററെ... വേഗം... ഗ്ലൗസ്..'

ഡോക്ടറതും പറഞ്ഞു പെട്ടെന്ന് ഏപ്രണും ഗ്ലൗസും എടുത്തണി യുന്നതും ഞാൻ അടുത്തൊരു വേദനയിൽ അടുത്ത് നിന്ന സിസ്റ്ററി ന്റെ കൈ പിടിച്ചു ഞെരിച്ച് പല്ലുകൂട്ടി കടിച്ചു...

വേദനയ്ക്കും വെപ്രാളത്തിനുമിടയിലും കത്രിക കൊണ്ട് അടിയി ലെ പച്ച മാംസം കീറിമുറിക്കുന്നത് ഞാനറിയുന്നുണ്ടായിരുന്നു...

കഠിനവേദനക്കൊടുവിൽ കൂടെയുണ്ടായിരുന്ന നേഴ്സുമാർ വയ റിൽ അമർത്തി പിടിച്ചതോടെ വയറിലെ ഭാരം പ്രഷറോട് കൂടി താഴേ ക്കൊഴുകി പുറത്തേക്ക് വന്നത് ഞാനറിഞ്ഞു...

പൊക്കിൾകൊടി മുറിക്കും മുൻപേ കുഞ്ഞിനെയെടുത്തവർ കാലി നിടയിലൂടെ എന്റെ വയറിലേക്ക് ചേർത്ത് കിടത്തി ..

ഞാൻ ദീർഘനിശ്വാസം വിട്ട് താഴേക്ക് നോക്കുന്നതിനിടയിൽ ഡോക്ടർ പറഞ്ഞു....

'മോളാണ് കേട്ടോ..'

പെട്ടെന്ന് എന്റെ മനസ്സിൽ ഓർമ്മ വന്നത് എല്ലാരും ആൺകുഞ്ഞാ ണ് എന്ന് പറഞ്ഞു കാത്തിരുന്നതാണ്, ഇനി അവർ ഇവളെ വാങ്ങാ തിരുന്നാലോ എന്ന് വരെ ആ അബോധവസ്ഥയിൽ ഞാൻ ചിന്തിച്ചു പോയി.

വെള്ളപ്പശയിൽ മുങ്ങിയപോലുള്ള അവളുടെ കുഞ്ഞുമുഖം നോക്കുന്നതിനിടയിലും ഞാൻ ചോദിച്ചത് എന്റമ്മയെ പറ്റിയായി രുന്നു....

'താനൊന്ന് ക്ഷമിക്കേടോ ഇതൊന്നു കഴിഞ്ഞിട്ട് നമുക്ക് അമ്മയെ

വിളിച്ചു പറയാ'മെന്ന ശിവന്റെ വാക്ക് കേട്ടതോടെ ഞാൻ കണ്ണടച്ചു...

അടഞ്ഞ കണ്ണുകൾക്ക് മുൻപിൽ അമ്മ വന്ന് നിറഞ്ഞതും എന്റെ മിഴികൾ നിറഞ്ഞൊഴുകാൻ തുടങ്ങി... അവളെയും കൊണ്ട് നേഴ്സ് മുറിയിലേക്ക് കടന്ന് വന്നു, പനിനീർപ്പൂ പോലൊരു കുഞ്ഞുമുഖവുമായി ഇളംറോസ് നിറത്തിലുള്ള തുണിയിൽ പൊതിഞ്ഞെന്റെ കുഞ്ഞു മാലാഖ.

കുറെ മണിക്കൂറുകൾക്കപ്പുറം റൂമിലേക്ക് മാറ്റിയ എന്നെയും കുഞ്ഞി നേയും കാണാൻ വന്നവർക്കിടയിലെല്ലാം ഞാനെന്റെ അമ്മയെയും തിരഞ്ഞു...

മനസ്സ് പറിഞ്ഞു പോകുന്ന പോലെ പൊട്ടിക്കരഞ്ഞു ഞാൻ...

ഭഗവാനേ... എനിക്കെന്റെ അമ്മയേ കാണണം.. മനസ്സുരുകി ഞാൻ കരഞ്ഞു...

അരികെ കിടക്കുന്ന ന്റെ കുഞ്ഞുമാലാഖയെ നോക്കുന്തോറും അമ്മ യരികിലില്ലാത്തതിന്റെ നോവ് എന്നെ വല്ലാതെ നൊമ്പരപ്പെടുത്തി. ചിന്ത... കണ്ണുകൾ പെയ്തു തീരുന്നില്ല...

'പെണ്ണേ വിഷമിക്കല്ലേ അമ്മവരും.. നമുക്ക് കൊണ്ടുവരാം ഇങ്ങോട്ട്..'

ധൈര്യം തന്ന് ഏട്ടനെന്റെ നെറ്റിയിൽ ചുണ്ടമർത്തിയതും എന്റെ നിയന്ത്രണം വിട്ടു...

രണ്ടുദിവസങ്ങൾക്കപ്പുറം മനസ്സുരുകിയുള്ള ന്റെ പ്രാർത്ഥന ദൈവം കേട്ടു... അമ്മയെ ശിവേട്ടൻ വിസിറ്റിംഗ് വിസയിൽ കൊണ്ടു വന്നു,

കുഞ്ഞിനെ മെല്ലെയെടുത്തു പാൽകൊടുക്കാൻ നേരം അപ്പുറത്തെ കട്ടിലിലിരുന്ന് ഏട്ടനെന്നെ നോക്കി പുഞ്ചിരിച്ചു... ഒരുപാട് സ്നേഹ മൊളിപ്പിച്ച ആ പുഞ്ചിരിക്കൊരു മറുപുഞ്ചിരി കൊടുക്കുമ്പോൾ എന്റെ കണ്ണുകൾ നിറഞ്ഞിരുന്നു. അമ്മയെന്ന സന്തോഷകണ്ണുനീർ.

മാസങ്ങൾക്ക് ശേഷം കുട്ടിക്കുറുമ്പുകൾ കണ്ട് കഥ പറഞ്ഞു ചിരി ച്ചു ഉമ്മറപ്പടിയിൽ കുഞ്ഞോൾ കളിക്കുന്നതും നോക്കി ഞാനും അമ്മ യുമിരിക്കുമ്പോൾ ഞങ്ങളെയും നോക്കി ഏട്ടനും സന്തോഷിക്കുന്ന ത് ഞാൻ കണ്ടു. ഇപ്പോൾ ആമിക്കുട്ടന് കൂട്ടായി മാളുട്ടി കൂടി വന്നു.

ചേച്ചിയായല്ല ചേച്ചിയമ്മയായി എന്റെ മാളുട്ടിക്ക് ഞാനുണ്ടാകും ഇനിയെന്നും എന്ന് എന്റെ ആമിക്കുട്ടൻ എന്നോട് എന്നും പറയാറു ണ്ട്.. കുഞ്ഞേച്ചിയുടെ കുഞ്ഞാവ.. എന്റെ ആമിക്കുട്ടൻ??.. തിഥി നോക്കാതെ വന്ന അതിഥി ആണ്... ഈശ്വരൻ തന്ന പുണ്യം..

എന്റെ രണ്ടു കണ്ണുകൾ.

മാറാത്ത ശീലത്തിന്റെ കഥ

പുലിവാറൽകൊണ്ട് എത്ര അടി കിട്ടീട്ടും എന്റെ ഏട്ടന്മാർ മാറ്റാത്ത ശീലങ്ങളിലൊന്നാണ് ഈ തവിട് കൊടുത്ത് വാങ്ങിയ കഥ. ഇത്തവണ ഞാൻ നാട്ടിലെത്തിയപ്പോഴും എന്തൊക്കെയോ പറയുന്നതിന്റെ ഇടയിൽ ഏട്ടന്മാർ ഈ കഥ എടുത്തിട്ടിരുന്നു.. ചെറിയൊരു വ്യത്യാ സം മാളൂട്ടിയെ മീൻപിടിക്കുന്ന ആദിവാസികളുടെ കയ്യിൽ നിന്ന് വാ ങ്ങിയതാണ് എന്നോരു എക്സ്ട്രാ ഡയലോഗ്.. അങ്ങനെ ഞാൻ ഇപ്പോളും തവിട് കൊടുത്തു വാങ്ങിയ കുട്ടിയും ദേ നമ്മുടെ മാളൂട്ടി മീൻ പിടിക്കുന്ന ആദിവാസികളുടെ കയ്യിൽ നിന്ന് വാങ്ങിയ കുട്ടിയും ആയി... എന്റെ കഥ ഞാൻ പറയാട്ടോ കുട്ടിക്കാലത്തെ ഓർമ്മയാണ്. തുലാക്കാറ്റിനൊപ്പം കടന്നു വരുന്ന ഓർമ്മകൾ ആകാശത്തു ഉരുണ്ടു കൂടുന്ന മഴമേഘങ്ങൾക്ക് രണ്ടു മനുഷ്യരൂപം. തോളിൽ ഭാണ്ഡവും തൂക്കി, വടിയും കുത്തിപ്പിടിച്ചു നടക്കുന്ന രണ്ടു പേര്...

'വത്സലചേച്ചിയേ..' പടിഞ്ഞാറ് നിന്നു വീശിയ നേരിയ തുലാക്കാ റ്റിനൊപ്പം പടിപ്പുര കടന്നെത്തിയ കാളിയുടെ നീട്ടിവിളി. നീട്ടിയുള്ള ആ വിളികേട്ടു തെക്കേമുറിയിൽ കഥാപുസ്തകം വായിച്ചിരുന്ന ഞാൻ ഒന്ന് ഞെട്ടി.. കുട്ട്യോളെ പിടിക്കാൻ വരണ കാളിയുടെ വരവാണ് ആ വിളംബരം.. പിന്നിൽ തൂങ്ങിയാടുന്ന ചാക്കിൽ ആമകൾക്കൊപ്പം തന്നെ പോലുള്ള കുട്ടികളും ഉണ്ടാകുമായിരിക്കും !! അതോർത്തു ഞാൻ പേടിച്ചു വിറച്ചു..

'വത്സലചേച്ചിയേ...'

അമ്മയെ കാളി വിളിക്കണതാണ്. ആ ഒരു വിളി.. വെറും വിളിയല്ല അത് ആ വിളിക്ക് ഒരു താളം ഉണ്ടായിരുന്നു. രാമനും, കാളിയും മാസ ത്തിൽ രണ്ടു തവണയെങ്കിലും വന്നു പോകാറുണ്ട്. രണ്ടാൾക്കും കു ളത്തിൽനിന്നും, പാടത്തുനിന്നും ചെറുമീനും ആമയെയും കുത്തി പി ടിക്കലാണ് പണി.

കറുത്ത നിറവും, കുടവയറും, ചുവന്ന ഉണ്ടക്കണ്ണുകളും, മുറുക്കി ച്ചുവപ്പിച്ച വായും, കുട്ടികൾക്ക് പേടിതോന്നുന്ന രൂപമായിരുന്നു രാമ

ന്റേത്. കവിളൊക്കെ ഒട്ടി കുറെ പല്ലുകളും കൊഴിഞ്ഞു, കുനിഞ്ഞു കൂടിയാണ് കാളി യുടെ നടപ്പ്. വെളുത്ത ആമയും,കറുത്ത ആമയും, ചിലപ്പോഴൊക്കെ പോക്രാച്ചി തവളയും കാണും അവരുടെ ഭാണ്ഡ ക്കെട്ടിൽ. ആമയെ പിടിക്കാനുള്ള നീണ്ട മുളവടിയും കുത്തി ഭാണ്ഡ വും തൂക്കിയുള്ള ആ വരവ് ദൂരെ നിന്ന് കാണുമ്പോൾതന്നെ കുട്ടിക ൾ ഓടിയൊളിക്കും.

വീടിന്റെ പടിക്കൽ എത്തുമ്പോഴേക്കും 'വസലചേച്ചിയേ'യെന്നു കാളി നീട്ടി വിളിക്കും.. താളത്തിലുള്ള ആ വിളി കേൾക്കേണ്ട താ മസം. ഞാൻ ഏതേലും മുറിയിലോ, കട്ടിനടീലോ, ഓവ് മുറീലോ, കയ്യാലയിലോ പോയി പതുങ്ങി ഒളിച്ചിരിക്കും. പിന്നെ കാളി പോകും വരെ എത്ര വിളിച്ചാലും വിളികേൾക്കില്ല.

കാളി പടിക്കൽ പേരയുടെ ചുവട്ടിൽ ഇരിക്കുകയേ ഉള്ളൂ. വീടിന ടുത്തൊന്നും വരികയോ ഇരിക്കുകയോ ചെയ്യില്ല. അമ്മ അവർക്ക് ഒരു ഇലവെട്ടി അതിൽ ചോറും കൂട്ടാനും ഒഴിച്ചുകൊടുക്കും. കഴിച്ചു മതിയാകുമ്പോൾ ബാക്കി ഭാണ്ഡത്തിലെ പിച്ചള തൂക്കുപാത്രത്തിൽ നിറച്ചു വെക്കും.

പോകാറാകുമ്പോൾ അല്പം അരിയും കൊടുക്കും.. ചോറൊക്കെ കഴിച്ചു കഴിയുമ്പോ കാളി അമ്മയോട് എന്നെ തിരക്കും 'മോളൂട്ടി എവി ടെ കണ്ടില്ല്യല്ലോ' എന്ന്.. ഞാൻ ആണെങ്കിൽ കൊന്നാലും പുറത്തെ ക്കിറങ്ങില്ല്യ.. .എനിക്കവരെ കാണുന്നത് പോലും അത്രയ്ക്ക് പേടി യായിരുന്നു...

അവർ വന്നുപോകുന്ന ദിവസങ്ങളിലൊക്കെ രാത്രിയിൽ ഞാൻ പേടിച്ചു കരയുമായിരുന്നു... ആ കരച്ചിലിന്റെ ആക്കം കുറക്കാനായി എന്നും രാത്രിയിൽ എനിക്ക് കഴിക്കാനായി അമ്മ കരുതാറുള്ള ബിസ് ക്കറ്റും കാപ്പിയും അന്ന് അൽപ്പം കൂടുതൽ കിട്ടും.. ഇങ്ങനെ കൂടുത ൽ കിട്ടുന്ന ബിസ്ക്കറ്റിന്റെ പങ്കു പറ്റാനായി അനിയന്മാർ കാവലിരി ക്കുന്നുണ്ടാകും.

ആർക്കും കൊടുക്കാതെ മൊത്തമായി ഞാൻ അതെല്ലാം അക ത്താക്കുമ്പോൾ അതുവരെ ഉറക്കമൊഴിച്ചു കാത്തിരുന്നതു വെറുതെയാ യല്ലോ എന്ന ദേഷ്യത്തോടെ എനിക്കൊരു നുള്ളും തന്നു അവർ കിട ക്കാൻ പോകും. എന്നാൽ എനിക്ക് കഥകൾ പറഞ്ഞുതരികയും എന്നെ ഊട്ടുകയും ഉറക്കുകയും ചെയ്യുന്ന എന്റെ ചിറ്റയ്ക്ക് ഒരു പങ്ക് കരു താൻ ഞാൻ മറക്കാറില്ല്യ. എന്റെ ഈ കാളിപ്പേടിക്കു പിന്നിൽ ഒരു കഥയുണ്ടായിരുന്നു.

ആദ്യമൊക്കെ കാളിയുടെ വരവിനെ ഞാൻ കൗതുകത്തോടെയും അല്പം പേടിയോടെയും, അറപ്പോടെയും നോക്കിനിൽക്കുമായിരുന്നു. ഒരിക്കൽ അച്ഛന്റെ കയ്യും പിടിച്ചു അവരുടെ ഭാണ്ഡത്തിലെ ആമയെ ഏറെ കൗതുകത്തോടെ നോക്കി നിൽക്കുകയായിരുന്നു ഇടയ്ക്ക്.

ഈർക്കിലി കൊണ്ട് അതിനെ കുത്തുകയയും, കല്ല് എടുത്തു എറി യുകയും ചെയ്യുമ്പോൾ അതിന്റെ തല ഉള്ളിലേക്ക് വലിയും. ശല്യം സഹിക്കാതെ വരുമ്പോൾ സൂത്രക്കാരനായ ആമ അനങ്ങാതെ കിട ക്കുകയും, ഞാൻ മാറിനിന്നാൽ ഇഴയാൻ തുടങ്ങുകയും ചെയ്യുന്നത് നോക്കിനിന്നു. അങ്ങിനെ പാവം ആമയെ ഉപദ്രവിക്കുന്നതിനിടയി ലാണ് അച്ഛൻ ഒരൂസം എന്റെ പിഞ്ചു മനസ്സിൽ തീ കോരിയിട്ട ആ ഭീകര സത്യം എന്നോട് വിളിച്ചു പറഞ്ഞത് ...

എന്നോ ഒരിക്കൽ ആമയെ വിൽക്കാനായി കാളിവന്നപ്പോൾ ഭാണ്ഡ ത്തിലെ ഒരുകെട്ടിൽ ചുവന്നുതുടുത്ത ഒരു സുന്ദരിക്കുട്ടി ആമകൾ ക്കൊപ്പം കിടക്കണതു എന്റെ അച്ഛൻ കണ്ടത്രെ! പാവം തോന്നിയ അച്ഛൻ കാളിയോടും, രാമനോടും 'ആ കുട്ടിയെ എനിക്ക് തന്നാൽ ഞാൻ വളർത്തിക്കോളാം എന്ന് പറഞ്ഞു, അവർ സമ്മതിക്കുകയും അതിനുപകരം അച്ഛൻ അവർക്ക് ഭാണ്ഡം നിറയെ തവിട് നൽകുക യും ചെയ്തു വിട്ടത്രേ... ആ കുട്ടിയാണ് ഞാൻ എന്ന് പറഞ്ഞപ്പോൾ സത്യത്തിൽ ഞാൻ തേങ്ങിക്കരഞ്ഞു പോയി!

അവർ മീനും, ആമയെയും പിടിക്കാനല്ല മാസത്തിൽ രണ്ടുതവണ വരുന്നത്. എന്നെ കാണാൻ വേണ്ടിയാണെന്നും കൂടി കേട്ടപ്പോൾ ഞാൻ തകർന്നു തരിപ്പണമായി പോയി. അതോടെ അവരുടെ വരവ് എനിക്കൊരു പേടി സ്വപ്നമായി മാറി. എന്നെ നെഞ്ചത്ത് കിടത്തി വളർത്തിയ എന്റെ അച്ഛനെ വിട്ട്, അമ്മയെ വിട്ടു, ഇടവും വലവും ചേർത്തു നിർത്തി എന്നെ കൊണ്ട് നടന്ന ഏട്ടന്മാരെയും ചേച്ചിമാരെ യും വേർപിരിഞ്ഞു അവർ എന്നെ അകലെയെങ്ങോ ഉള്ള അവരുടെ വീട്ടിലേക്കു തിരിച്ചുകൊണ്ടുപോകുമോ എന്ന പേടി..

പിന്നീടെല്ലാം കാളിയുടെ വിളി കേൾക്കുമ്പോഴേക്കും ഞാൻ ഓടിയൊളിക്കും. അനിയൻ ചിലപ്പോഴെല്ലാം ഭയന്ന് ഒളിച്ചിരിക്കുന്ന എന്നെ കണ്ടുപിടിച്ചു. പിടിച്ചു വലിച്ചു അവരുടെ മുൻപിൽ കൊണ്ടു നിർത്തും.. എന്നെ കൊല്ലുന്നതിനു തുല്യമായിരുന്നു അത്..

എന്നെ കാണുമ്പോൾ പല്ലില്ലാത്ത മോണകാട്ടി അവർ ചിരിക്കും. എന്റെ കവിളിൽ അവർ തൊടും. കൈ തട്ടിമാറ്റി കരഞ്ഞു ബഹളം വെച്ച് ഞാൻ ഓടും. അവർ വരുന്ന ദിവസങ്ങളിൽ എല്ലാം ഇതൊരു

പതിവായിരുന്നു...

അച്ഛൻ വീട്ടിൽ വരുന്നവരോടെല്ലാം ഇവളെ തവിടുകൊടുത്തു വാങ്ങ്യതാ എന്നുപറയുമ്പോൾ 'അല്ല... അല്ല...' എന്നു വാദിച്ചു ജയിക്കാൻ ഞാൻ പാടുപെട്ടു...

പിന്നീട് ഞാനും അനിയനും തല്ലുകൂടുമ്പോഴെല്ലാം അവർ ഇതു പറഞ്ഞു എന്നെ കളിയാക്കി നാണം കെടുത്തും.. 'തവിട് കൊടുത്ത് വാങ്ങിയത് കൊണ്ടാണ് ഞങ്ങളുടെ അച്ഛന് നിന്നോട് ഇത്ര സ്നേഹം' എന്നവർ വാദിച്ചു ജയിച്ചു. പാവം ഞാൻ. വർഷങ്ങളോളം ഞാൻ അത് വിശ്വസിച്ചിരുന്നു എന്നുള്ളതാണ് സത്യം..

ഇന്നും എവിടെയെങ്കിലും ആമയെ കാണുമ്പോൾ കാളിയെയും അവരുടെ വത്സലേച്ചിയേ എന്ന നീട്ടി വിളിയും എന്റെ കാതിൽ മുഴങ്ങും..

ഓർമ്മകളുടെ പത്തായപ്പുര

'ഞാൻ ജീവിച്ചു തീർക്കുന്ന എന്റെ നിമിഷങ്ങളാണ് നിങ്ങളോട് പങ്കുവക്കാൻ പോകുന്നത്. ഇവിടെ എനിക്ക് സ്വകാര്യങ്ങളില്ല, അസത്യങ്ങളുമില്ല. ഓർമ്മകളുടെ പനിനീർപ്പൂക്കൾ കൊഴിഞ്ഞു പോകുന്ന നാളെയുടെ പുലരികളിൽ എനിക്കു മുമ്പിൽ ഈ വാക്കുകൾ ഉണ്ടാവണം. അതിനു വേണ്ടിയാണ് ഞാൻ നിങ്ങളേയും എന്നോടൊപ്പം കൂട്ടുന്നത്, നിങ്ങളിൽ കൂടി എനിക്ക് നാളെ എന്നെത്തന്നെ അറിയണം..'

ഡയറിയുടെ ആദ്യതാളിൽ കുറിച്ച ഈ വാക്കുകൾ ഒന്നുകൂടി ഞാൻ വായിച്ചു. വീണ്ടും താളുകൾ ഒന്നൊന്നായി മറിച്ചു. എന്നു മുതലാണ് ഞാൻ ഡയറിക്കുറിപ്പുകൾ എഴുതി തുടങ്ങിയതെന്ന് ഓർമ്മയില്ല. അത റിയണമെങ്കിൽ തട്ടിൻ പുറത്ത് രഹസ്യമായി സൂക്ഷിച്ചിരിക്കുന്ന നിര വധി ചാക്ക് കെട്ടുകൾ പരിശോധിക്കണം. ഞാൻ ഒരു നിധി പോലെ സൂക്ഷിച്ചിരിക്കുന്ന രണ്ടു വസ്തുക്കളാണ് എന്റെ ഡയറികളും, പഴയ മാസികകളും. മാസികകൾ സമയം കിട്ടുമ്പോഴൊക്കെ തുറന്നു നോക്കാ റുണ്ട്. എന്നാൽ എന്റെ ഡയറികൾ ഒരിക്കൽ പോലും തുറന്നു നോക്കാൻ അടുത്ത കാലം വരെ എനിക്ക് ധൈര്യം പോരായിരുന്നു. കാരണം ഞാൻ അതിൽ കുറിച്ചതെല്ലാം ഒരു കാലഘട്ടം വരെ ഞാൻ ചിന്തിച്ചതും ചെയ്തതുമായ കാര്യങ്ങളുടെ സത്യസന്ധമായ കുറിപ്പു കളായിരുന്നു.

അത് ചിലപ്പോൾ എന്നെ സ്നേഹിക്കുന്നവരെ വേദനിപ്പിക്കുമോ യെന്നു ഞാൻ വല്ലാതെ ഭയക്കുന്നു. ഞാനെന്റെ സന്തോഷവും സങ്ക ടവും മറ്റാരോടും പങ്കുവെക്കുന്നതിനേക്കാളും എല്ലാം പറഞ്ഞിരുന്നത് എന്റെ ഡയറിയോടായിരുന്നു. എനിക്ക് ഡയറിയോട് ഇതൊക്കെ പറ യുമ്പോൾ ഒരു ആശ്വാസം ആയിരുന്നു. ചെറുപ്പം മുതൽ തന്നെ അങ്ങ നെയായിരുന്നു. വീട്ടുകാരോടും കൂട്ടുകാരോടും തന്റെ വിഷമവും സന്തോഷവും പങ്കു വയ്ക്കുന്ന ഒരു സ്വഭാവം കുറവായിരുന്നു. ആ ഡയറിക്കുറിപ്പുകൾ എന്റെ ജീവിതം തന്നെയായിരുന്നു.

ഡയറി എഴുതാനുള്ള പ്രചോദനം എന്തായിരുന്നുവെന്ന് എനിക്ക റിയില്ല. ഞാൻ ഡയറി എഴുതാൻ തുടങ്ങി വളരെക്കാലം കഴിഞ്ഞാ

ണ് ആൻഫ്രാങ്കിന്റെ ഡയറിക്കുറിപ്പുകൾ വായിക്കുന്നത്. മനസ്സിൽ കൊണ്ടു നടന്നിരുന്ന എഴുത്തുകാരാരും ഈ കാര്യത്തിൽ എന്നെ സ്വാധീനിച്ചിരുന്നില്ല. ഒരു കുഞ്ഞു നോട്ടുബുക്കാണ് എന്റെ ആദ്യ ഡയറി. പിന്നീടാണ് അച്ഛൻ തന്ന അച്ഛന്റെ ഓഫീസ് ഡയറികൾ ഉപയോഗിക്കാൻ തുടങ്ങിയത്. ആ ഡയറി പിന്നീട് എനിക്ക് പ്രിയപ്പെട്ടതായി. ഡിസംബറിലെ അവസാന ദിവസങ്ങളിൽ അച്ഛൻ കൊണ്ടുവരുന്ന ഡയറിക്കായി കാത്തിരിക്കുമായിരുന്നു.

എല്ലാം ഓർമ്മകൾ മാത്രമായ്

ഓണാവധി എന്ന് കേട്ടാൽ തന്നെ ഞങ്ങൾ കുട്ടികൾക്ക് സന്തോ ഷത്തിന്റെ ദിവസങ്ങൾ ആണ്. ഓണമെന്നു ചിന്തിക്കുമ്പോൾതന്നെ ആദ്യം മനസ്സിൽ നിറഞ്ഞുവരുന്ന ചിത്രം പൂക്കളത്തിന്റേതാണ്. ഒരു പക്ഷേ മാവേലിപോലും പിന്നെയേ എത്തൂ എന്നാണെന്റെ പക്ഷം. അതിനു കാരണവും മറ്റൊന്നല്ല. അത്തം മുതലുള്ള പൂക്കളമിടലാണ ല്ലോ ഓണാരംഭം.

നമ്മുടെ മലയാളക്കരയിലല്ലാതെ വേറെ ലോകത്തെവിടെയെങ്കി ലും ഇങ്ങനെ പൂക്കളമിടാറുണ്ടോ എന്നു സംശയം. ആഘോഷവേള കളിൽ മറ്റു ദിക്കുകളിലൊക്കെ നിറങ്ങൾകൊണ്ട് രംഗോലി തീർക്കു ന്ന പതിവുണ്ട്. അരിപ്പൊടിക്കോലവും സുപരിചിതം എന്നാൽ പ്രകൃ തിയുടെ നിറച്ചാർത്തിലൂടെ ആമോദമുണർത്തുന്ന ചിത്രഭംഗി നമു ക്കു മാത്രം സ്വന്തം.

എന്റെ കുട്ടിക്കാലത്ത്, അച്ഛന്റെ തറവാടിനോടു ചേർന്നു കിടക്കു ന്നു എന്റെ പൂക്കളസ്മരണകൾ. അച്ഛന്റെ അനിയന്റെ മക്കളും, അപ്പ ച്ചിയുടെ മക്കളും എന്റെ അനിയനും ഞാനും, പിന്നെ വേറെയും ബന്ധു ക്കളും അയൽക്കാരുമായ കുട്ടികളും ചേർന്ന ഞങ്ങളുടെ ബാല സംഘം. തൊട്ടടുത്ത കൈപ്പുഴയില്ലത്തെ അമ്പലമുറ്റത്ത് പിള്ളാരോണം മുതൽ പൂവിടൽ തുടങ്ങും ചാണകം മെഴുകിയ ചെറിയൊരു വട്ടത്തില് തുമ്പപ്പൂവും തുളസിപ്പൂവും മാത്രം നിരത്തിയ പൂക്കളം. അത്തം നാൾ മുതലാണ് യഥാർത്ഥ പൂക്കളം വരുന്നത്. ഞങ്ങൾക്കും ആ പൂക്കളമാ ണു മാതൃക.

തലേദിവസം രാത്രി തന്നെ വലിയ കളം ചാണകം മെഴുകി, മദ്ധ്യ ത്തിൽ മണ്ണുകുഴച്ചുണ്ടാക്കിയ തൃക്കാക്കരപ്പനെ പ്രതിഷ്ഠിക്കും. അതി ലും ചാണകം പൂശി ശുദ്ധിവരുത്തി തയ്യാറാക്കി വെയ്ക്കും അത്തം നാൾ തുമ്പപ്പൂവും തുളസിയും മാത്രമാണ് പൂക്കളത്തിലുണ്ടാവുക. ഒരു പച്ചീർക്കിലിയിൽ വെള്ളപ്പൂക്കൾമാത്രം കൊരുത്ത ഒരു പൂക്കുട യും വെയ്ക്കും. മറ്റു ദിവസങ്ങളിൽ നിറമുള്ള പൂക്കൾ കൊണ്ടാവും

കളമൊരുക്കുന്നത്.

സ്കൂളിൽനിന്നു തന്നെ പൂക്കൾ ശേഖരിക്കാൻ തുടങ്ങും. മഴയൊ ന്നും ഒരു പ്രശ്നമേയല്ല. വൈകുന്നേരം വന്നാൽ ഉടുപ്പു മാറിയിട്ട് പൂ പറിച്ചിടാനുള്ള ഓലവട്ടിയുമായി ഒരോട്ടമാണ്. എല്ലാ മുറ്റത്തേയും പൂക്കൾ കുട്ടികൾക്കു സ്വന്തം. പിറ്റേദിവസം വിരിയേണ്ട പൂക്കളുടെ മൊട്ടാണു പറിച്ചെടുക്കുക. വെള്ളം തളിച്ചു വെച്ചാൽ രാവിലെ വിട ർന്നിരിക്കും.

തുമ്പയും, കാശിത്തുമ്പയും, ചെത്തിയും ചെമ്പരത്തിയും, കദളി പ്പൂവും, കനകാംബരവും, മുക്കുത്തിപ്പൂവും, മുക്കുറ്റിപ്പൂവും, കാക്കപ്പൂ വും, ശംഖുപുഷ്പവും... പറഞ്ഞാൽ തീരില്ല. ഇതൊന്നും കൂടാതെ കയ്യാലകളിൽ പടർന്നു കിടക്കുന്ന തേങ്ങാപ്പീരയെന്ന പച്ചിലത്തുടി പ്പും.. ചെറിയകുട്ടികള് നിറം തിരിച്ചു പൂക്കൾ വേർതിരിക്കും.

ചേച്ചിമാരും, ചേട്ടന്മാരുമാണു അതു മനോഹരമായി പൂക്കളമായി തീർത്തെടുക്കുന്നത്. പൂക്കളം കണികണ്ടു വേണം സൂര്യഭഗവാൻ മുറ്റ ത്തെത്താൻ എന്നാണു പ്രായമായവർ പറഞ്ഞു തന്നത്. മഴയുണ്ടെ ങ്കിൽ കുടകൾ നിവർത്തിവെച്ചു പൂക്കളം കുറെ നേരത്തേയ്ക്കെങ്കിലും സംരക്ഷിക്കും.

ഓരോ ദിവസവും പൂക്കുടയുടെ എണ്ണം കൂടിക്കൊണ്ടിരിക്കും. എന്നും ആദ്യം തൃക്കാക്കരപ്പന്റെ മുകളിൽ ഓലക്കാൽ കൊണ്ട് വാച്ചു പോലെ ഒരു വട്ടമുണ്ടാക്കി ഉറപ്പിച്ച് അതിൽ തുമ്പപ്പൂ ഇടുകയാണു ചെയ്യുന്നത്. പിന്നെയാണു മറ്റു പൂക്കൾ നിരത്തുക. മൂലം നാൾ മാത്രം ചതുരപ്പൂക്കളമായിരിക്കും. കാരണമൊന്നും അറിഞ്ഞിരുന്നില്ല. തിരു വോണദിവസം ഏഴുവെളുപ്പിനു തന്നെ പൂക്കളമിടും. അന്ന് പത്തു പൂക്കുടയുണ്ടാകും.

നിലവിളക്കു കൊളുത്തിവെച്ച്, പൂവട നേദിച്ച്, അമ്പെയ്തു പൂവ ടയെടുക്കണമെന്നാണ്. അമ്പെയ്താലൊന്നും ആർക്കും അട കിട്ടാറി ല്ല. അതു പിന്നെ കൈകൊണ്ടു തന്നെ എടുത്തെല്ലാവരും കഴിക്കും. പിന്നെ ആർക്കും പൂക്കളക്കാര്യമൊന്നും ഓർമ്മ കാണില്ല. ഓണക്കോ ടിയും, ഓണസദ്യയും, ഓണക്കളികളും ഊഞ്ഞാലാട്ടവും.

ഇപ്പോൾ എല്ലാം ഓർമ്മകൾ മാത്രം. ചന്തയിൽ കിട്ടുന്ന പൂക്കളും പ്ലാസ്റ്റിക് പൂക്കളും കൊണ്ടുണ്ടാക്കുന്ന പൂക്കളം. ഇനി എന്നാണോ ചൈനക്കാരുണ്ടാക്കിയ ഇൻസ്റ്റന്റ് പൂക്കളം നമ്മുടെ നാട്ടിൽ കച്ചവട ത്തിനെത്തുന്നതെന്നറിയില്ല. ഇപ്പോൾ സദ്യപോലും ഇൻസ്റ്റന്റായ സ്ഥി തിക്ക് അതും വിദൂരത്തായിരിക്കില്ല. എങ്കിലും പൊയ്പ്പോയ ഏതോ

നല്ലകാലത്തിന്റെ മധുരസ്മരണകളും പേറി എന്നും മലയാളിയുടെ മനസ്സുകളിൽ ഓണമെത്താതിരിക്കില്ല.

മാവേലിത്തമ്പുരാന്റെ കഥകൾ ആവേശം കൊള്ളിക്കാതെയുമിരിക്കില്ല. അതെന്നും നമ്മുടെ സ്വപ്നമാണ്. കള്ളവും ചതിയുമില്ലാത്ത, മാനുഷരെല്ലാരും ഒന്നുപോൽ ജീവിച്ച ആ നല്ല കാലം. ആ സങ്കല്പമെങ്കിലും ഉണ്ടെങ്കിൽ മാത്രമേ നമുക്കു നന്മകളുള്ള ഒരു നല്ല നാളെയെ സ്വപ്നം കാണാനാവൂ.

മനയ്ക്കലെ തത്ത

ഇന്നലെ പാക്കിയുടെ (അമ്മയുടെ അമ്മ) പിറന്നാളായിരുന്നു. ഞാൻ മാത്രം ഇവിടെ.. ശതാഭിഷേകം. മക്കളും പേരക്കുട്ടികളും അവരുടെ കുട്ടികളും മരുമക്കളും പാക്കിയുടെ സഹോദരങ്ങളുമെല്ലാമായി വലി യൊരു ആൾക്കൂട്ടം തന്നെ ആയിരുന്നു. ഞാൻ ഇവിടിരുന്നു വീഡി യോയിലൂടെ അവർക്കൊപ്പം കൂടി.

പണ്ടൊക്കെ രാവിലെ ഞങ്ങളുടെ വീട്ടിൽനിന്നും തറവാട്ടിലെ ക്ഷേത്രത്തിലേക്ക് കുളത്തിൽ മുങ്ങിനിവർന്ന് ഈറനായി നടക്കു മ്പോൾ ഞാനറിഞ്ഞിരുന്നു എന്താണ് എന്റെ അക്ഷരങ്ങൾക്ക് ഊർ ജ്ജം പകരുന്നതെന്ന്. അവിടുത്തെ പച്ചപ്പ്, കിളികളുടെ കളകലാര വം.. എല്ലാം എന്റെ ആത്മാവിനെയും ചിന്തകളെയും ചിന്തേരിട്ടു മി നുക്കും.

കോൺക്രീറ്റ് ഫ്ളാറ്റിൽ മാലിന്യം പ്ലാസ്റ്റിക് കവറുകളിൽ കെട്ടി പ്പൊതിഞ്ഞ് അവ ശേഖരിക്കാൻ ആളു വരുന്നതും കാത്തു തുടങ്ങുന്ന ദിനങ്ങൾ. പുകയും ഹോണും മലീമസമാക്കുന്ന വീഥികൾ, പൊങ്ങ ച്ചസംസ്കാരത്തിന്റെ നേർക്കാഴ്ചയായി മാളുകൾ... ഇതൊക്കെ മടു പ്പിക്കുന്ന കാഴ്ചകളായി മിന്നിമറയുന്നു. സൗഹൃദങ്ങൾ പോലും പണ ക്കിലുക്കമെനുസരിച്ചായേക്കാം. വല്ലപ്പോഴും നാട്ടിലേക്കുള്ള ഒളിച്ചോ ട്ടം കൂടെയില്ലായിരുന്നെങ്കിൽ ഞാൻ യന്ത്രസൂചിയെപ്പോലെ ചലിക്കു ക മാത്രം ചെയ്യുമായിരുന്നേനെ.

എന്റെ തൊടിയിലെ മാവിനും, പ്ലാവിനും, അണ്ണാറക്കണ്ണനും വരെ എന്നോട് വാത്സല്യമുണ്ടെന്ന് തോന്നാറുണ്ട്. തറവാടിനു മുന്നിലെ വലിയ ആൽമരത്തിന്റെ വലിയൊരു ശാഖ നിലം പതിച്ചിരുന്നു. അമ്പ ലത്തിനടുത്തുള്ള പാലപ്പൂവ് ഇനിയും പൂത്തിട്ടില്ല. വയലറ്റു നിറമുള്ള കോളാമ്പി പൂവുകൾ ചില്ലകളിലും നിലത്തുമായി പരന്നു കിടന്നു. അമ്പലത്തിലേ ദേവനു പൂജയ്ക്കായി അനിയൻ പൂക്കൾ പറിക്കുന്നു, ചിറ്റ (അമ്മയുടെ അനിയത്തി) പൂമാല കെട്ടുന്നു. പായൽ പിടിച്ച കുള ത്തിൽ മുങ്ങി മത്സ്യവുമായി പക്ഷി പറന്നുയരുന്നു. ആലിൽ വവ്വാലു

കൾ മയങ്ങുന്നു. പശു കിടാവിനായി പാൽ ചുരത്തുന്നു. കാറ്റിനു താളം പിടിച്ച് കവുങ്ങുകൾ ആടുന്നു.

'അമ്മാളുവേ...' എന്നെ എടുത്തു വളർത്തിയ അയൽക്കാരുടെ നീട്ടി യുള്ള വിളിയിൽ ഞാൻ വീണ്ടും പിഞ്ചുകുഞ്ഞായി മാറാറുണ്ട്. മുത്ത ശ്രീയോളം പ്രായമുള്ളവർ പല്ലില്ലാത്ത മോണ കാണിച്ചു ചിരിക്കുന്നു. ലിംഗവ്യത്യാസം കൽപ്പിച്ച ദൂരത്ത് നിന്ന് വാക്കുകളിലൂടെ സ്നേ ഹം പുതുക്കുന്ന പുരുഷൻമാർ. അമ്പലത്തിൽ നിന്ന് പൂജാരിയായ എമ്പ്രാന്തിരി വിഷ്ണു സഹസ്ര നാമം ചൊല്ലുന്നു, ശാന്താകാരം ഭുജ ഗശയനം...

കൈകൂപ്പി തൊഴുതുനിന്നപ്പോൾ നടതുറന്നു. സ്നേഹം, ഭക്തി, ശാന്തി ഇതാണോ ജനിച്ച മണ്ണിന്റെ പര്യായം. അതോ അവിടുത്തെ വസ്തുക്കളാണോ എന്നെ വികാരവിവശയാക്കുന്നത്! അറിയില്ല.. പണ്ട് മുത്തശ്ശി മന:പാഠമാക്കി തന്ന വിഷ്ണു മന്ത്രം ചൊല്ലി,

കൃഷ്ണായ വാസുദേവായ

ഹരേ പരമാത്മനേ

പ്രണതക്ലേശ നാശായ

ഗോവിന്ദായ നമോ നമ!

ഒരു നീണ്ട അവധിക്കാലം

ഒരു വിരുന്നുകാരിയെ പോലെ, കൈയ്യിൽ പെട്ടികളും, സമ്മാന പ്പൊതിയുമായി, ഒന്ന് കൂടി സ്വന്തം നാട്ടിലേക്ക് ഒരു യാത്ര. പ്രഭാത ത്തിന്റെ എല്ലാ വശ്യതയോടെയുമാണ് എയർപോർട്ടിൽ നിന്നും പുറത്ത് ഇറങ്ങിയത്. തടവറയിൽനിന്നും പുറത്ത് ഇറങ്ങിയവളെപ്പോലെ, നമു ക്കുചുറ്റും പ്രിയപ്പെട്ടവർ. നമ്മളെ ചേർത്തു പിടിക്കുന്നു, ഉമ്മ തരുന്നു. കുട്ടികളെ എടുത്ത് താലോലിക്കുന്നു, അതിനിടയിൽ അവരെ ഇക്കിളി കാട്ടി ചിരിപ്പിക്കാനുള്ള ശ്രമം. പേരക്കുട്ടികളെ നോക്കിയിരുന്ന്, ആ സ്നേഹം മുഴുവനും നിമിഷം കൊണ്ട് കൊടുത്ത് തീർക്കാനുള്ള മത്സരം ആണ്. നേരെ മാമ വീട്ടിലേക്ക് ആണ് പോയത്. പോകുന്നവ ഴിയിൽ കുട്ടികൾ വാതോരാതെ ഓരോന്ന് ചോദിച്ചു കൊണ്ടിരിക്കുന്നു. മറുപടികൾ കേൾക്കുമ്പോൾ അവരുടെ മുഖം ആശ്ചര്യം കൊണ്ട് വിട രുന്ന കാണാം. ഏത് ചോദ്യത്തിനും ഉത്തരം പറയാൻ അമ്പൂട്ടിയ മ്മയും ചിറ്റയും കൂടെ ഉള്ളതുകൊണ്ട് അമ്മയുടെ ഒരു മൂളൽ എന്ന പരാതിയും ഇല്ല.

വീട് വരെയുള്ള യാത്രയിൽ, നാടിനു വന്ന പുതിയ രൂപത്തിലൂടെ ഞാൻ അങ്ങോട്ടും ഇങ്ങോട്ടും അതിവേഗത്തിൽ സഞ്ചരിച്ചു കൊണ്ടി രിക്കുന്നു. പുതിയ തരം കാറുകൾ, അവരുടെ വേഗതയിൽ മതി മറ ന്ന് ഇരിക്കുന്ന യാത്രക്കാർ, ആദ്യം ആര് പോകണം എന്നുള്ള വാശി യുമായി ഒരു കൂട്ടം വേറെയും. അവർക്ക് വേണ്ടി വഴി മാറില്ല എന്ന തീരുമാനം എടുത്തിരിക്കുന്നവരെയും കാണാം. തിരക്ക് അഭിനയിച്ചു ജീവിതത്തോട് യുദ്ധം ചെയ്യുന്നവർ. എയർപോർട്ടിൽനിന്നും അര മണി ക്കൂർ യാത്ര ചെയ്തപ്പോൾ ഓരോന്ന് നേരിൽ കണ്ടും, ചിന്തിച്ചും എന്റെ നെറ്റി ചുളിഞ്ഞു തുടങ്ങിയത് ഞാനറിഞ്ഞു. ഒരു അതിഥി ആയി വന്ന ഞാൻ, നാടിന്റെ നല്ലത് മാത്രം മനസ്സിൽ പകർത്തി തിരിച്ച് പോകേ ണ്ടിയിരിക്കുന്നു എന്ന് മനസ് ആണയിട്ട് പറയുന്നു. കാലടി പുഴയിൽ വെള്ളം നിറഞ്ഞിരിക്കുന്നത് കണ്ടപ്പോൾ സന്തോഷംകൊണ്ട് ഒന്ന് കൂടി എത്തി നോക്കി. ചിലയിടത്ത് ശൂന്യമായ, മൺതിട്ടകൾ കാണാം. എന്നാലും പെരും മഴയിൽ കുളിച്ചു നിൽക്കുന്ന പുഴ! അവിടെനിന്നും തുടങ്ങിയ മഴ.. പെരും മഴയിൽ അടർന്നു വീഴുന്ന ഇലകൾ, പൂക്കളു ടെ ഇതളുകൾ, തെങ്ങോലകൾ വിറച്ചു നിൽക്കുന്നത്എല്ലാം കാണാം.

അത്രക്ക് കാറ്റും, മഴയും ആയിരുന്നു. ആരും കാണാതെ തല നനച്ചു കൊണ്ട് വീട്ടിലേക്കു കയറിയത്. നീണ്ട യാത്രയുടെ ക്ഷീണം കാര ണം ഒരു ചായയും കുടിച്ച് നേരെ പോയി കിടന്നു. മഴയുടെ സ്വരവും കേട്ട് ആ ജനലരികിൽ കിടന്നുറങ്ങുന്ന സ്വസ്ഥത, സന്തോഷം മന സ്സിൽക്കൂടി കടന്നു പോയി. നല്ലൊരു ഉറക്കം കഴിഞ്ഞു എഴുന്നേറ്റ പ്പോൾ കാക്കയുടെ വിരുന്നു വിളികേൾക്കാം. ഒന്നാമതായി നാട്ടിലെ സമയം നോക്കിയില്ല. രാവിലെ ആയി എന്ന വിചാരം കൊണ്ട്, ചാടി എഴുന്നേറ്റ് നേരെ വീടിന്റെ പുറകു വശത്തേക്ക് നടന്നു. അടുക്കള യിൽ ഒരു അനക്കവുമില്ല. എല്ലാവരും നല്ല ഉറക്കം ആണ്. സമയം നോക്കിയപ്പോൾ വൈകുന്നേരം മൂന്ന് മണി. രണ്ടു വർഷമായി കേൾ ക്കാത്ത കാക്കയുടെ കരച്ചിൽ കേട്ടുകൊണ്ട് ഞാൻ നിൽക്കുമ്പോൾ വിരുന്നു വിളിക്കുന്ന കാക്കയെ ഓടിക്കാൻ ഓമന വരുന്നു. കുശലം പറയുന്നതിനിടയിൽ ഓമനയുടെ വീട്ടിൽ നിന്നും വന്ന മൂന്ന് പേർ ചുറ്റി പറ്റി നിൽക്കുന്ന കണ്ടത്. അപ്പോൾ തന്നെ കുട്ടികളെ ഉറക്കത്തി ൽനിന്നും വിളിച്ചുണർത്തി, പൂച്ചക്കുട്ടികളെ കാണിച്ചു. ആ നിമിഷം തന്നെ മൂന്നിനും ഓരോ പേരുകൾ ഇട്ടു. ഈ അവധിക്കാലം അവരു ടെ കൂടെ കളിക്കാനുള്ള സമ്മതം വാങ്ങിരണ്ടുപേരും അടുക്കള വശ ത്ത് ഇരിപ്പ് ഉറപ്പിച്ചു. "പൂച്ചയുടെ അടുത്ത് പോകാതെ, അത് മാന്തും, കടിക്കും" എന്നൊക്കെ ഓമന ഓരോ നിമിഷം അവരെ ഓർമിപ്പിച്ചു കൊണ്ടിരിക്കും. വന്ന ദിവസം തന്നെ പൂച്ചകളെ കിട്ടിയത് കൊണ്ട് കുട്ടികൾക്ക് സന്തോഷമായി. ഭക്ഷണം കഴിക്കാൻ ഇരുന്നാലും പൂച്ച ക്ക് കൊടുക്കാൻവേണ്ടി മീൻ വേഗം കഴിച്ച് തീർക്കാനും, ആ മുള്ളു മായി പൂച്ചയുടെ അടുത്ത് പോയിരുന്ന്, നല്ല കൂട്ടായി. കുട്ടികളുടെ അമ്മ, ഇതൊക്കെ കണ്ട് ദൂരെ നിൽക്കും. എനിക്ക് പൂച്ചകളെ ഒട്ടും ഇഷ്ടമില്ല. കുട്ടികൾ പൂച്ചകളുമായി കളിക്കുമ്പോൾ ഞാൻ പറമ്പ് കാണാ ൻ ഇറങ്ങും. മഴക്കാലം ആയതുകൊണ്ട് പറമ്പിൽ നടക്കുമ്പോൾ സൂക്ഷിക്കണം, പുല്ലിനു ഇടയിൽ നല്ല കരുതൽ വേണം, മുട്ടൊപ്പം ഉയർന്നു നിൽക്കുന്ന പുല്ലിനിടയിൽ ചവിട്ടുന്നത് പാമ്പിനെ ആവാം. മഴയ്ക്ക് തീരെ വിശ്രമം ഇല്ലാത്തതുകൊണ്ട്, ഓരോ ഇലയിലും വെള്ളം കെട്ടി നിൽക്കുന്നത് കാണാം.

ദൂരെ വിറകുപുരയുടെ അടുത്ത്നിന്നും ഒരു അനക്കംകണ്ടു ഓടുന്ന ഉടുമ്പിനെ കാണാം. എന്നെ കണ്ടതും ഓടിക്കളഞ്ഞു. ഉടുമ്പിനെ പിടി ക്കാൻ പറ്റാതെ വിഷമിച്ച് നിൽക്കുമ്പോൾ വീട്ടുക്കാരുടെ പ്രിയങ്കരി യായ ചൂല് എന്നെ നോക്കി ചിരിക്കുന്നു. അവയ്ക്ക് വീട്ടിൽ എന്നും നല്ല സ്ഥാനം തന്നെ!! എത്രനാൾ കഴിഞ്ഞാലും, യാതൊരു അനക്ക വുമില്ലാതെ, നിൽക്കുന്ന കിണർ. പല വീടുകളിലും ഇപ്പോൾ രാവിലെ

വെള്ളം കോരുന്ന ആ സ്വരം കേൾക്കാൻ സാധിക്കാറില്ല. ഒന്നാമതാ
യി വീടുകളിൽ താമസിക്കുന്നവർക്ക് കിണറ്റിലെ വെള്ളം കുടിക്കണം
എന്ന ആഗ്രഹം ഒന്നുമില്ല. മോട്ടോർ അടിച്ച്, ടാങ്കിൽകൂടി വരുന്ന
വെള്ളത്തിന്റെ രുചി തന്നെ പ്രിയം. എന്നാലും ഒരു പുരാതന വസ്തു
വീടിന് മുൻപിലോ, പുറകിലോ കാണുന്നതും ഒരു ഭംഗി തന്നെ.

കിണറിലെ തെളിഞ്ഞ വെള്ളത്തിലേക്ക് എത്തി നോക്കി നിൽക്കു
മ്പോൾ, മുറ്റത്ത് നിൽക്കുന്ന പൂക്കളോടും, അതിൽ തേൻ കുടിക്കാൻ
വരുന്ന തേൻകിളിയെ നോക്കി കുറച്ച് നേരം സംസാരിച്ചു നില്ക്കാൻ
മറന്നില്ല .ഓരോന്നിനോടും കിന്നാരംപറഞ്ഞു ആ നടപ്പ് പറമ്പിന്റെ
അറ്റത്ത് വരെ പോയി. മുൻപിൽ കണ്ടത് എല്ലാം ക്യാമറയിൽ പകർ
ത്തി. വീട്ടിൽ അതാവശ്യം പച്ചക്കറി ഒക്കെ നട്ടിരിക്കുന്നത് കണ്ടപ്പോൾ
സന്തോഷമായി. കപ്പ, പാവലം, ചേന, കോവലം, പയർ, വെണ്ടയ്ക്ക
എല്ലാം ഉണ്ട്. ഇതൊന്നും കഴിച്ചു തീർക്കാൻ ആളില്ല എന്ന് മാത്രം.
എങ്കിലും പച്ചക്കറികൾ വീട്ടിൽ കിട്ടും എന്നും ആശ്വസിക്കാം.

പട്ടിക്കൂട് /കിളിക്കൂട് ഓർക്കിഡിനു തല ചായ്ക്കാൻ ഒരിടം ആയി.
മുൻവശത്തെ പൂന്തോട്ടത്തിലും ഒന്ന് തലകാണിച്ചു. കുളത്തിൽ
ഉള്ള ചെറിയമീനുകളെ. കണ്ടപ്പോൾ അതിനെ പിടിച്ചുകുപ്പിയാക്കി.
പൂച്ചക്കുട്ടികളും, മീനും അതോടെ കേരളത്തിൽ അവധിക്കാലം കുട്ടി
കൾക്ക് സ്വപ്നലോകമായി. അമ്മമ്മയുടെ പൂന്തോട്ടത്തിലൂടെ മഴക്കാ
ലത്തും ചെടി നനച്ചു നടക്കാം, വെള്ളത്തിൽ കളിക്കാം, ഇടയ്ക്കിടെ
വേദനിപ്പിക്കുന്ന കൊച്ചു കൊതുകുകളെ പ്രശ്നം ആയി തോന്നിയില്ല..
തോട്ടത്തിലെ അട്ട, ഒച്ചിനെ കാണുമ്പോൾ നിലവിളിക്കാനുള്ള അവ
സരം കൂടിആയിരുന്നു. തവളയുടെ കരച്ചിൽ കൂടി കേട്ടതോടെ എല്ലാം
പൂർത്തിയായി.. കുളത്തിൽനിന്നും മീൻ പിടിക്കൽ കഴിഞ്ഞപ്പോൾ,
രണ്ടു വർഷം മുൻപ് കിട്ടിയ ആമ്പൽചെടിയെ ഓർമ വന്നത്, ഒരു
യാത്രയിൽ കൊണ്ടുവന്നതായിരുന്നു. അമ്മ സൂക്ഷിച്ചു വച്ചിരിക്കും
എന്നറിയാം, അതാ വിടർന്ന പൂവുമായി അവിടെ നിൽക്കുന്നു!!. ഒരാഴ്ച
ഷമിന്റെ വീട്ടില് താമസം. പിന്നെ സാധനമെല്ലാം പെട്ടിയിൽ എടുത്ത്
വച്ച് എന്റെ വീട്ടിലേക്കുള്ള ഓട്ടം. അമ്മ വീട്ടിലേക്ക് പോകാൻ കുട്ടി
കൾക്ക് ഇഷ്ടമാണ്. കാരണം പുഴയുടെ അടുത്തേക്ക് പോകാം, വീട്ടിൽ
കളിയ്ക്കാൻ ചേട്ടന്റെ മക്കളും ഉണ്ടാവും. ചക്ക, മാങ്ങ, പുഴമീൻ എല്ലാം
കിട്ടുന്ന അമ്മയുടെ നാടൊന്നും അവരുടെ മനസ്സിൽ ഉണ്ടാവില്ല. പുഴ
യിൽ കുളിക്കണം എന്നുള്ള വിചാരം ആയി ആവും അപ്പന്റെ വീട്ടി
ൽനിന്നും ഇറങ്ങുന്നത്.. കാറിൽ കയറുന്ന വരെ അമ്മാമ്മ പറയുന്ന
കേൾക്കാം. "പുഴയുടെ അടുത്ത് പോകുമ്പോള് സൂക്ഷിക്കണം, കുട്ടി
കളെ തനിച്ചു വിടരുത്."

എന്റെ നാട്ടിലേക്കുള്ള യാത്രയിൽ ചില വഴികളൊക്കെ മക്കളുടെ മനസ്സിൽ പതിഞ്ഞു തുടങ്ങി എന്ന് ഈ യാത്രയിൽ മനസിലായി, അവരും വലുതായി. ഗ്രാമത്തിലൂടെ, നെൽപ്പാടവും, കൈത്തോടുകളും, പെരിയാറിന്റെ കൈവഴിയായ പുഴകൾ, കൈതയുടെ വേരുകൾ കൊണ്ട് കൂട്ടമായി നിൽക്കുന്ന പുഴക്കടവും, പൊന്മാനും, കിളികളും, കൂട്ടമാ യി പറന്നുപോകുന്ന തത്തകളെയും. പാടവരമ്പത്ത് ഇരിക്കുന്ന കൊക്കും എല്ലാം കാണാം. എന്റെ വീട്ടിൽ എത്തിയാൽ, കുട്ടികൾ ആദ്യം ഓടുന്നത് വീട്ടിലെ പട്ടിയെ കാണാനാണ്. അതിനോട് നേരിട്ട് വർത്തമാനം പറഞ്ഞിട്ട് വീട്ടിലുള്ളവരോട് സംസാരിക്കാൻ വരൂ. പിന്നെ നേരെ തറവാട്ടിലേക്ക് പോകണം എന്നായും, ആളനക്കം ഇല്ലാത്ത തറവാട് ആയിരുന്നാലും, ആ മുറ്റത്ത് പോയിരിക്കാൻ, അതിലൂടെ നടക്കാൻ അവരും ആഗ്രഹം പറഞ്ഞു തുടങ്ങി. അമ്മ കളിച്ചു വളർ ന്ന തറവാട് മുറ്റത്തിന്റെ പുതിയ മുഖം! മഞ്ഞക്കിളികൾ നിലത്തിറ ങ്ങാൻ മടി കാണിച്ചിരുന്ന പറമ്പ്!!

ഈ ഇടവഴികൾ, തറവാടിന്റെ ഓരോ കോണിലും വലിയ മാറ്റം സംഭവിച്ചു. സ്ഥിരമായി താമസിക്കാൻ ആരുമില്ല. എന്നാലും ഇന്നും മാറാതെ നിൽക്കുന്ന എന്തൊക്കെയോ അവിടെയുണ്ട്. കാരണവന്മാ രുടെ സ്നേഹം, അവർ ഏല്പിച്ചു പോയ മൺചട്ടികൾ, മാറല പിടി ക്കാത്ത കുറെ നല്ല ഓർമകളും ബാക്കി നിൽക്കുന്നു. എന്റെ ഓർമ കൾ തെളിഞ്ഞു നിൽക്കുന്ന കാലം മുതൽ ഞാൻ കണ്ടിരുന്ന അമ്മി, ഉരലും ഇപ്പോളും സ്വരം ഉണ്ടാക്കികൊണ്ട് അവിടെ നിൽക്കുന്നു..

ബന്ധുക്കൾ എല്ലാവരും ഓരോ ദിശയിലേക്ക്പോയി. ചാരുപടിയിൽ ഇരുന്നു മുറ്റത്തേക്ക് നോക്കിയിരുന്നാൽ, ഒരു നോവൽ എഴുതുവാനു ള്ള വിഷയം കിട്ടും എന്നറിയാവുന്നതുകൊണ്ട്, സ്വപ്നം കാണാതെ, കുട്ടികളെയും കൂട്ടി തറവാട്ടിലെ കടവിനടുത്തേക്ക് നടന്നു. പറമ്പി ലൂടെ നടക്കുമ്പോൾ ആരോ പുറകിൽ നിന്നും എന്നെ തോണ്ടി വലിച്ച് ആഞ്ഞിലിയുടെ ചോട്ടിലും, കട്ടുറുമ്പിന്റെ കൂട് ഉണ്ടായിരുന്ന മാവി ന്റെ താഴെയും കൊണ്ടുപോയതുപോലെ... കുടപ്പൻ തേൻ എടുക്കാൻ എന്റെ കൈകൾ പതുക്കെ പൊങ്ങി. കുട്ടിക്കാലം എന്ന ദിവ്യമായ പണ്ണിക്കുനകളിൽ ഞാനും ഒന്ന് മുഖം ചേർത്തുവച്ചു എന്ന് പറയാം.

സന്ധ്യയുടെ മ്ലാനതയിൽ, തറവാടിന് ചുറ്റും വല്ലാത്ത മൂകത. ഇട യ്ക്കു മരംകൊത്തിയുടെ സ്വരം. പഴയ കുറെ ഓർമ്മകൾ അയവിറ ക്കിക്കൊണ്ട് പുഴവരെ ഓരോന്നും ആലോചിച്ച് നടന്നു. നാരകവും, വേലിപടർപ്പിലെ ചെമ്പരത്തിയും എന്നെ ചാഞ്ഞും, ചരിഞ്ഞും നോക്കു ന്നപോലെ, വരിക്ക പ്ലാവിന്റെ ചുവട്ടിൽനിന്നും, ചിലപ്പൻ കിളികൾ കൂട്ടമായി ചിലക്കുന്നത് കേൾക്കാം. പറമ്പിൽ ഒരു അനക്കം തോന്നി യത് അപ്പോഴായിരുന്നു. എത്ര ഓലേഞ്ഞാലികൾ വന്നിരുന്ന പറമ്പ് ആയിരുന്നു. ഇപ്പോൾ ഒന്നിനെയും കാണുന്നില്ല. ഞാൻ കാഴ്ചകൾ കണ്ട് നടന്നു വന്നപ്പോഴേക്കും കുട്ടികൾ പുഴയുടെ അടുത്തുനിന്നും എന്നെ വിളിക്കാൻ തുടങ്ങി. ഉറുമ്പുകൾ ഇലകൾ ചേർത്തുണ്ടാക്കുന്ന കൂടുകൾ കണ്ടു ബഹളം. പുഴ ആകെ കലങ്ങി, നല്ല ഒഴുക്കും ഉണ്ട്. വെള്ളത്തിന്റെ നിറം കണ്ടതോടെ കുട്ടികൾക്ക് അതിൽ ഇറങ്ങാനുള്ള താല്പര്യം കുറഞ്ഞു. കുറച്ച്നേരം അവിടെ ഇരിക്കാം എന്നും പറഞ്ഞ് കല്ല് പെറുക്കി കൈയ്യിൽ കൊടുത്തു. സന്ധ്യാസമയം ആയത്കൊണ്ട് അക്കരെയിലെ അമ്പലത്തിൽനിന്നുള്ള പാട്ട് കേൾക്കാം. അതിനിട യിൽ എവിടെയോനിന്നും പറന്നുവന്ന ഒരു മണ്ണാത്തിക്കിളി വെറുതെ അടുത്ത് വന്നിരുന്നു. തിരിഞ്ഞുപോലും നോക്കാതെ പറന്നു പോയി.

നേരം ഇരുട്ടാൻ തുടങ്ങിയത് കൊണ്ട് അപ്പൻ എന്നെയും കുട്ടിക ളെയും തിരക്കി വന്നു. ചെറുപ്പം മുതൽ ഉള്ള ശീലം ഇന്നും കൂടെയു ണ്ട്.. സന്ധ്യാ നേരത്ത് എന്റെ വീട്ടിലെ കടവിന്റെ അടുത്ത് പോയിരി ക്കും അന്നൊക്കെ, അമ്മയുടെ കൈയ്യിൽനിന്നും വഴക്ക് കേൾക്കാ ത്ത ദിവസം വളരെ കുറവായിരുന്നു. സ്ഥിരമായി അവിടെ പോയിരി ക്കുന്നത് ഈ പാട്ട് കേൾക്കാനാണ്. പിന്നെ വല്ല പൊന്മാൻ മഴക്കോ ച്ചയോ, പാത്തും പതുങ്ങിയും പുറത്തു വരും. ശാന്തമായി, നമ്മെ നോക്കി പതിയെ ചിറകു വീശി അത് പറന്നു പോകും. ധാരാളം ഉപ്പൻ വരുന്ന പറമ്പ് ആയതു കൊണ്ട് ഇഴജന്തുകളുണ്ടാവില്ല എന്നാ അമി തവിശ്വാസവും കൂടെ ഉണ്ടാവും.

അവധിക്കാലം പുഴയും, പറമ്പിൽ കളികളുമായി കടന്നുപോയി. ഒരു ദിവസം രാവിലെകുട്ടികൾ വീടിനുചുറ്റും ഓടുന്നു. കാര്യമായി എന്തോ സംഭവിച്ചുവെന്ന് വിചാരിച്ചു ഞാനും ഓടിച്ചെന്നപ്പോൾ അമ്മ യുടെ തുളസിച്ചെടിയുടെ താഴെ കോഴിക്കുഞ്ഞുകൾ. അടുത്ത വീട്ടിലെ ആരുടെയോ കോഴിയാണ്. ചക്കിപ്പരുന്തിനെ കാണാതെ, വീട്ടിലെ വിറ കുപുരയിൽ ഒളിച്ചിരിക്കാൻ വന്ന സമയത്ത് മക്കൾ കണ്ടത്. കോഴി യെ അവിടെ നിന്നും ഓടിച്ചു പുറത്തു വിട്ടപ്പോൾ ഒരു സംശയം തീർ ക്കാൻ തേക്കിൻപൂവിനിടയിൽ ചക്കിപ്പരുന്തിനെ നോക്കി, ആ നടപ്പ്, എന്റെ വീട്ടിലെ പുഴയുടെ തീരത്ത് വരെ എത്തി. കൂടെ കുട്ടിപ്പട്ടാള വും ഉണ്ട്.

അവധിക്കാലം ഇതുപോലെ ഓരോ കലാപരിപാടികളുമായി ഓടി ക്കൊണ്ടിരുന്നു. ചക്ക, മാങ്ങ എല്ലാം കുറെ കഴിച്ചു. പണ്ടൊക്കെ ഒരു മാങ്ങ പഴുത്തു വീഴുന്നത് നോക്കി കാവലിരിക്കണം. മാങ്ങ തിന്നാനും ആരും ആ വഴി വരുന്നില്ല. എന്റെ വീട്ടിൽനിന്നും തിരിച്ചു വന്നപ്പോൾ പൂച്ച പിന്നെയും അമ്മിണിയുടെ കൂടെ പുറകുവശത്ത് വട്ടം തിരിയു ന്നു. പൂച്ചക്കുട്ടികളെ കാണാതെ പോയി.

രണ്ടു മാസം നാട്ടിൽ നിന്നാൽ പറയാൻ വീട്ടു വിശേഷം ഇനി യും കുറേയുണ്ട്. എന്നാലും വളരെ പ്രാധാന്യം ഉള്ള ഒന്നുകൂടി പറ യാൻ ബാക്കി നിൽക്കുന്നു. കൊച്ചി ബ്ലോഗ് മീറ്റിനു പോകാൻ സാധി ച്ചു. വളരെകുറച്ചുനേരം, നമ്മൾ അറിയുന്ന, നമ്മളെ അറിയുന്ന ബ്ലോഗ് ചങ്ങാതിമാരെ നേരിട്ട് കണ്ടപ്പോൾ വളരെ സന്തോഷം തോന്നിയ കാര്യം ആയിരുന്നു. ബ്ലോഗിൽ വന്ന കാലം മുതൽ അറിയുന്നവരെ "നല്ലൊരു കൂട്ടായ്മയിൽ" കണ്ടുമുട്ടാനുള്ള അവസരവും കിട്ടി, അവ ധിക്കാല ഓർമ്മകളുടെ ചിത്രം കൂട്ടി വരയ്ക്കുമ്പോൾ മനസിലേറ്റി സന്തോഷത്തോടെ അതും ചേർത്ത് വയ്ക്കുന്നു.

ഓരോ അവധിക്കാലവും, ശില്പചാരുതയുള്ള കൂടുകൾപോലെ, മനസ്സിൽ എന്നും ഉണ്ടാവും. നേരിൽ കാണാം എന്ന് വാക്ക് പറഞ്ഞ പഴയ ചങ്ങാതിമാരെ നേരിട്ട് കണ്ടു, അവരുടെ കൂടെ കുറച്ചുനേരം സംസാരിക്കാനും. പറഞ്ഞ വാക്ക് മറന്നവരെ ഓർമിപ്പിക്കാനും ഈ തിരക്കിനിടയിൽ നമ്മൾ സമയം കണ്ടെത്തുന്നു.. അതിനും സമയം ഇല്ലാത്തവരോട്, അടുത്ത അവധിക്കാലം വരെ കാത്തിരിപ്പ്, ഇനിയും കണ്ടുമുട്ടാം എന്ന നല്ല വാക്കുകൾ പറഞ്ഞു യാത്ര പറയുന്നു.

ഓർമ്മച്ചീളുകൾ

ചിതറിക്കിടക്കുന്ന ഓർമ്മച്ചീളുകളെടുത്ത് അടുക്കിക്കൊണ്ടിരിക്കു
ന്നത് ഇപ്പോഴൊരു ശീലമായിരിക്കുന്നു. അല്ലാതിപ്പോൾ എന്ത് ചെയ്യാൻ?

വളരെ സമൃദ്ധമായ ശൈശവബാല്യങ്ങളുണ്ടായിരുന്നു എനിക്ക്.
അത് തന്നതും പ്രകൃതിയാണ്. മണലിൽ വിരൽത്തുമ്പുകൊണ്ടെഴു
തിയെഴുതി ഭൂമിയുമായി അഭേദ്യമായൊരു ബന്ധം സ്ഥാപിച്ചു ഞാൻ.
ഭൂമിയുടെ സ്പന്ദനം ഞാനും എന്റെ സ്പന്ദനം ഭൂമിയും വിരൽത്തു
മ്പിലൂടെ തിരിച്ചറിഞ്ഞു.

ആകാശത്തെ നക്ഷത്രക്കൂട്ടങ്ങളും തോട്ടിലെ പരൽമീനുകളും പാറ
യിടുക്കിലെ കാട്ടുപൂക്കളും പഴങ്ങളും എന്റെ ബാല്യകൗതുകങ്ങളെ
സമ്പുഷ്ടമാക്കി. കൗമാരവും യൗവ്വനവും എന്നെയൊരിക്കലും ഭയപ്പെ
ടുത്തിയിരുന്നില്ല.

പ്രണയവഴികൾ പ്രദക്ഷിണവഴികൾപോലെ പരിശുദ്ധമായിരുന്നു.
'ഉമ മഹേശ്വരനെ സ്നേഹിച്ചതുപോലെ, നളൻ ദമയന്തിയെ സ്നേഹി
ച്ചതുപോലെ നിന്നെ ഞാൻ സ്നേഹിക്കുന്നു' എന്ന് പറയാൻ അന്ന്
മനസ്സുണ്ടായിരുന്നു... 'നീ ചവിട്ടുന്ന മൺതരികളേപ്പോലും സ്നേഹിച്ച്,
നിന്നെ തഴുകിയെത്തുന്ന കാറ്റിനേപ്പോലും വാരിയണച്ച് ഞാൻ കാത്തു
നിന്നു' എന്ന് സ്നേഹക്കുറിപ്പുകളെഴുതാൻ അന്ന് കഴിഞ്ഞിരുന്നു..

വെള്ളിക്കൊലുസിട്ട എന്റെ ബാല്യത്തിന് ഏത് പൂവിന്റെ പേരി
ടണമെന്ന് ചോദിച്ചാൽ, നിസ്സംശയം ഞാൻ പറയും, 'കാപ്പിപ്പൂവ്'. എന്റെ
അമ്മവീട്ടിലെ കാപ്പിപ്പൂവിന്റെ ഗന്ധമില്ലാത്ത ശൈശവബാല്യങ്ങൾ
ഇല്ലെനിക്ക്.

നിബന്ധനകളില്ലാത്ത നിഷ്ക്കളങ്കസ്നേഹം എന്നെ പഠിപ്പിച്ചത്
ഏത് പൂവെന്ന് ചോദിച്ചാൽ ഞാൻ പറയും, 'ശീമക്കൊന്നപ്പൂവ്'.

ക്ഷേത്രവഴിയിലേക്കുള്ള എന്റെ യാത്രയ്ക്കാണെങ്കിൽ പനിനീർ
പ്പൂവിന്റെ ഗന്ധവും.

മുറ്റം നിറയെ അമ്മ നട്ടുവളർത്തിയ പനിനീർപ്പൂവിന്റെ ഇളം
ഗന്ധവും, അത് ഇറുത്തെടുത്ത് നനഞ്ഞ വാഴയിലയിൽവച്ച് ശ്രീകോ
വിലിന്റെ നടയ്ക്കൽ സമർപ്പിയ്ക്കുമ്പോഴുള്ള നിർവൃതിയുമുൾപ്പെടെ

യുള്ള ക്ഷേത്രയാത്രകളാണ് ഞാനേറ്റവും കൂടുതൽ ആസ്വദിച്ചത്.

എന്തിനൊക്കെയോവേണ്ടി കാത്തും കാതോർത്തും കാലമെത്രയോ ഞാൻ നീന്തിക്കടന്നു! കഴിഞ്ഞ നിമിഷവും വരാൻപോകുന്ന നിമി ഷവും നമ്മുടെ കയ്യിലല്ലെന്നും, ഈ നിമിഷം മാത്രമാണ് നമുക്ക് സ്വന്ത മെന്നും എന്നോ ഞാൻ തിരിച്ചറിഞ്ഞു.

ജീവിതത്തിൽ വന്നുപെടുന്ന വിപരീതസാഹചര്യങ്ങളോട് ഞാൻ നന്ദി പറയുന്നു. കാരണം അവയെന്റെ കാഴ്ച്ചപ്പാടുകളെ വിപുലമാ ക്കുന്നു. തൂലികത്തുമ്പിനെ കൂടുതൽ മൂർച്ചയുള്ളതാക്കുന്നു. പ്രകൃ തിക്കും കാലത്തിനും നന്ദി... തന്നതിനും തരാത്തതിനും..

ഇന്നിനെ ഇന്നലെയുമായി ഒന്ന് താരതമ്യം ചെയ്തപ്പോൾ വല്ലാതെ വേദനിക്കുന്നു. നമ്മുടെ കുഞ്ഞുങ്ങളെ ഓർത്ത്...

ഭൗതികമായ സമൃദ്ധിയുടെയും ഭാഗ്യങ്ങളുടെയും നടുവിലായിട്ടും അവർ എത്രയോ ദരിദ്രർ! ശൈശവമില്ലാത്ത ബാല്യവും, ബാല്യമി ല്ലാത്ത കൗമാരവും, കൗമാരമില്ലാത്ത യൗവ്വനവും ജീവിച്ചു തീർക്കു ന്ന പാവം കുട്ടികൾ. ജീവിതം അവരെ വല്ലാതെഭയപ്പെടുത്തുന്നു.

പ്രണയമന്ത്രധ്വനികളില്ലാതെ, പ്രണയലേഖനങ്ങളില്ലാതെ മൊബൈൽഫോണെന്ന കുഞ്ഞുപെട്ടിക്കുള്ളിലൊതുങ്ങിപ്പോയ പ്രണ യങ്ങൾ. 'വിളിച്ചാൽ പൈസ ഒരുപാടാകും, എസ്. എം. എസ ആണ് ലാഭം' എന്ന് പറയുന്ന ഏഴുവയസ്സുകാരിയോട് ഞാനെന്തുപറയാൻ! അവളുടെ ബൗദ്ധികവളർച്ചയെക്കുറിച്ചോർത്ത് അഭിമാനിക്കണണോ അതോ ആത്മാവില്ലാത്ത ബന്ധങ്ങളേക്കുറിച്ചോർത്ത് സഹതപി ക്കണണോ എന്നെനിക്കറിയില്ല.

മണലിൽ അക്ഷരങ്ങളെഴുതിപ്പഠിക്കേണ്ട സമയത്ത്, ബസ്സിൽ പിൻ സീറ്റിലിരുന്ന് ഞോണ്ടുന്ന ഞരമ്പുരോഗിയോട്, 'എന്താ തന്റെ അസു ഖമെന്ന്' രൂക്ഷമായി ചോദിയ്ക്കാൻ പഠിപ്പിയ്ക്കേണ്ടിവരുന്ന നമ്മുടെ നിസ്സഹായത. ജനിച്ചുവീഴുന്ന കുഞ്ഞുങ്ങളെ മനോഹരമായി ജീവി ക്കാൻ തയ്യാറെടുപ്പിയ്ക്കുകയല്ല, മറിച്ച് അവരെ ഒരു യുദ്ധത്തിന് തയ്യാ റെടുപ്പിയ്ക്കുകയാണ് നമ്മൾ. അങ്ങനെ വേണ്ടി വന്നിരിയ്ക്കുന്നു. കഷ്ടം!

പൂച്ചെടികളില്ലാത്ത മുറ്റവും മുറ്റമില്ലാത്ത വീടുകളും വരണ്ട മന സ്സിന്റെ പ്രതീകങ്ങളായി മാറിയോ? അങ്ങനെയാവാം.

എന്റെ മക്കൾക്ക് ഒരു മഴവില്ല് കാണിച്ചുകൊടുക്കാൻ ഞാനെത്ര നാൾ മാനത്തുനോക്കി കാത്തിരുന്നു! എവിടെപ്പോയി നമ്മുടെ മഴവി ല്ലുകൾ? ആകാശത്ത് നക്ഷത്രം പറക്കുകയും പൊടിഞ്ഞുവീഴുകയും

ചെയ്യുന്ന നിഷ്കളങ്കമായ വിസ്മയക്കാഴ്ച്ചകളിൽനിന്നും, 'അത് ഉൽ ക്കകളാണ് എന്ന് വളരെ നിസ്സാരമായി പറഞ്ഞുതള്ളുന്ന കാലത്തി ലേക്ക് നമ്മൾ എത്രദൂരം നടന്നു!

'സ്വപ്നങ്ങൾ കണ്ടുകൊണ്ടേയിരിക്കുക, അതിലേക്ക് നമ്മൾ നട ന്നടുക്കും' എന്ന് ഉപദേശിക്കുമ്പോൾ, 'നിർഗുണമായ ദിവാസ്വപ്ന ങ്ങൾ' എന്ന് പുച്ഛിച്ചുതള്ളുന്ന നമ്മുടെ കുഞ്ഞുങ്ങളുടെ മനസ്സിന്റെ വർണ്ണവൈവിദ്ധ്യങ്ങളല്ലെ യഥാർഥത്തിൽ നഷ്ടമായത്? പാവം നമ്മുടെ കുഞ്ഞുങ്ങൾ... കഷ്ടം!

'ഈ മനോഹരതീരത്ത് ഇനിയൊരു ജന്മംകൂടി തരുമോ' എന്ന് ചോദിച്ച ആ മഹാനുഭാവൻ ഒരിക്കൽക്കൂടി ജനിച്ചാൽ എന്തുപറയു മോ ആവോ. പാറമടകളും, മണൽക്കുഴികളും മരണക്കയം തീർക്കു മ്പോൾ, കൂടൊരുക്കാൻ ചില്ലകളില്ലാതെ പക്ഷികൾ പകയ്ക്കുമ്പോൾ, പ്ലാസ്റ്റിക് പൂക്കളെ നോക്കി ചിത്രശലഭങ്ങൾ കണ്ണീർവാർക്കുമ്പോൾ... അദ്ദേഹത്തിന് എന്ത് തോന്നുമോ ആവോ...

•••